'Happiness depends, on what you give and not what you get'. True to this saying, Mrs. Vanathy Jayaraman has always given her best with zest to each and every person whom she has come across in her life. For her, education is not limited to the four walls of a classroom. While she stresses on the importance of academics, she also lays emphasis on the need to have a global outlook, stay updated with the current affairs and build moral values. She ensures that she doesn't leave any stone unturned as far as benefiting her students are concerned. A favourite among them, she imparts the star qualities of diligence, confidence and humility with ease, simply by being the perfect role model for them. Always accessible to those who need a dose of wisdom, she believes that right counseling and guidance at a young age can take a student far in his or her life.

With her dynamic personality, strong views and an insatiable urge to explore the unknown, Mrs. Vanathy has emerged as a person who epitomizes the modern Indian women. Being a colleague and close friend of hers for several years, gave me an opportunity to discover a person who wishes to live and ever live only for the sake of Tamil. She works hard incessantly to give to the people all what she knows and has learnt about the admirable, adorable language. Her efficiency in writing poems is undoubtedly astounding. She is always transparent about her views and comments. Her works are truly phenomenal, not forgetting to say that she still has a plethora of new ideas in the pipe-line for the language lovers.

Following her passion towards Tamil language, she has made a genuine attempt to bring out the Tamil version of the famous books 'Stray Birds' and 'Crescent Moon' by the great poet and author Dr. Rabindranath Tagore, titled 'Sutri Thirigindra Paravaigal' and ' Pirai Nila'. All of us must be familiar with this eminent personality, Professor Dr. Fakru lAlam, Pro-Vice-Chancellor of East West University. He has proved his mettle by translating Tagore's original Bengali manuscript of 'Gitanjali' into English. Now, Mrs. Vanathy Jayaraman has added another feather to her cap by translating Dr. Fakrul

Alam's English version of 'Gitanjali' into Tamil. Kudos to the prolific writers. They are indeed the pride of our nation. Tagore's prose form of 'Gitanjali' in English has captivated millions of minds beyond the horizon. I would fail in my duty if I miss mentioning that Mrs. Vanathy has just completed translating the same into Tamil, thus proving her caliber once again. She is sure to make a difference through her literary works and turn her dreams into realities. I think its high time, we the readers and the ardent admirers of such great writers, support and honour their individuality world-wide. These meticulous works of hers, shows that she never stops to pass down the unfathomable depth of human creativity and stupendous appetite for knowledge to others.

Having a yearning for learning even at this age, I am sure she will break all barriers and scale to greater heights in the near future and thus carve a niche for herself in the field of Tamil Literature. With complete vivacity, vigour, vitality and valour, this voracious reader and versatile genius Vanathy is sure to establish herself in whatever she does or wherever she goes. It is only befitting that I wish my friend all success in her life and career. May God bless her with good health and mind to produce and win more laurels and accolades for her remarkable works in the future.

Ben Idhaya

கீதாஞ்சலி

மூலக்கவிதைகள்

முதல்முறையாகத் தமிழில்

"GITANJALI"
- ORIGINAL MANUSCRIPT - Rabindranath Tagore

தமிழாக்கம் - திருமதி. வானதி ஜெயராமன்

ISBN 979-8-88546-818-3

தாகூர் நோபல் பரிசு பெற்ற போது ஆற்றிய உரையின் சாரம்

4. ஞாயிற்றுக்கிழமை ஜனவரி 2015

எப்படியோ கடைசியில் உங்கள் நாட்டிற்கு என்னால் வர முடிந்ததை எண்ணி மிகவும் மகிழ்ச்சியடைகிறேன். எனது பணியை ஏற்றுக் கொண்டு எனக்கு நோபல் பரிசு கொடுத்துப் பெருமைப்படுத்திய உங்களுக்கு நன்றி சொல்ல இந்த வாய்ப்பை நான் பயன்படுத்திக் கொள்கிறேன்.

என் சாதனைக்காக விருது கொடுத்திருக்கிறார்கள் என்ற தந்திச்செய்தியை, இங்கிலாந்தில் உள்ள என் பதிப்பகத்தார் என்னிடம் கொடுத்த அந்த மத்தியானப்பொழுதை நான் நினைத்துப் பார்க்கிறேன். அப்பொழுது நான் சாந்தி நிகேதன் பள்ளியில் தங்கி இருந்தேன். அதைப்பற்றி உங்களுக்குத் தெரியும் என்று நினைக்கிறேன்.

அந்தத் தருணத்தில் நாங்கள் பள்ளிக்கு அருகில் உள்ள ஒருவனத்தில், விருந்தில் பங்கெடுத்துக் கொண்டிருந்தோம். நான் தந்தி அலுவலகத்தையும் அஞ்சல் அலுவலகத்தையும் கடந்து சென்று கொண்டிருந்த போது ஒரு மனிதர் கையில் ஒரு தந்திச்செய்தியைத் தாங்கிய வண்ணம் எங்களை நோக்கி ஓடி வந்தார். தொடர்வண்டியின் அதே பெட்டியில் ஓர் ஆங்கிலப் பார்வையாளரும் என்னுடன் இருந்தார். அந்தச் செய்தி முக்கியத்துவம் வாய்ந்ததாக இருக்காது என்றும், நான் சேருமிடம் வந்த பிறகு அதைப் பார்த்துக் கொள்ளலாம் என்றும் நினைத்து அதை என் சட்டைப்பைக்குள் வைத்துக் கொண்டேன். ஆனால் அதன் உள்ளே இருக்கும் செய்தியை அறிந்தவர் போல என் பார்வையாளர், அதனுள் ஒரு முக்கியமான செய்தி இருக்கிறது என்று சொல்லி உடனே படிக்கச் சொல்லி வற்புறுத்தினார். அதைத் திறந்து அந்தச் செய்தியைப் படித்துப் பார்த்தேன். என்னால் அதை நம்பவே முடியவில்லை. தந்தி மொழி முற்றிலும் சரியானதாக இருக்காது என்றும், அதன்

பொருளைத் தவறாகப் புரிந்து கொண்டிருக்கலாம் என்றும் முதலில் நினைத்தேன். ஆனால் கடைசியில் அது சரியானது தான் என்று உணர்ந்தேன்.

பள்ளியில் உள்ள மாணவர்கட்கும் ஆசிரியர்கட்கும் இது எவ்வளவு மகிழ்ச்சியை உண்டாக்கியிருக்கும் என்று உங்களால் நன்கு புரிந்து கொள்ள முடியும். மற்ற எதையும் விட எது என் உள்ளத்தை வெகு ஆழமாகத் தொட்டது என்றால் என்னை மிகவும் நேசித்த மாணவர்கள், யாரிடம் நான் பேரன்பு காட்டினேனோ அவர்கள், தாங்கள் பெருமதிப்புக் கொடுத்த ஒருவருக்கு இந்தப் பெருமையும் பாராட்டும் கிடைத்ததை எண்ணிப் பெருமைப்பட்டது தான். எனக்குத் தரப்பட்ட இந்த விருதை எண்ணி என் நாட்டு மக்களும் தங்கள் பெருமையை என்னிடம் பகிர்ந்து கொள்வார்கள் என்பதை உணர்ந்தேன்.

எஞ்சிய பகல்பொழுதும் இது போலவே கழிந்தது. இரவுப்பொழுது வந்த போது மொட்டை மாடியில் தனியாக அமர்ந்து என்னை நானே இந்தக் கேள்வியைக் கேட்டுக் கொண்டேன். நான் வேறுபட்ட இனத்தைச் சேர்ந்தவனாக இருந்தும், கடல்களாலும் மலைகளாலும் மேற்கத்திய குழந்தைகளிடமிருந்து பிரிக்கப்பட்ட போதிலும் மேற்கத்தியர்கள் என்னை ஏற்றுக் கொண்டு பெருமைப்படுத்தியதற்கு என்ன காரணம் இருக்க முடியும்.

ஒன்றை மட்டும் உறுதியாகச் சொல்வேன். இது பெருமகிழ்ச்சியுடன் கூடிய உணர்வுகளல்ல, என்னை நானே கேட்டுக் கொண்ட கேள்விகளுக்கு இதயத்தில் விடை தேடிக் கொண்டிருந்தேன். அந்தத் தருணத்தில் நான் பணிவாகவே உணர்ந்தேன்.

நான் மிகவும் சிறியவனாக இருந்ததிலிருந்து எப்படி என் வாழ்க்கைப் பணிகள் வளர்ச்சி அடைந்திருக்கின்றன என்பதை நினைத்துப் பார்க்கிறேன். நான் இருபத்தைந்து வயதினனாக இருந்த போது வங்காளத்தில் ஒதுக்குப்புறமாக இருந்த ஒருகிராமத்தில், கங்கை நதிக்கரையில் ஒரு படகு வீட்டில் ஏகாந்தமான சூழ்நிலையில் முடிந்த வரை விலகித் தனித்திருந்தேன். இமயமலை ஏரிகளிலிருந்து இலையுதிர்காலத்தில் இங்கு வந்த மிகப்பெரிய நாரைகள் மட்டும் தான் அந்த இடத்தில் உயிர்வாழ் தோழர்களாயிருந்தனர். மது மகிழ்ச்சியில் நிரம்பி வழிந்தாற்போல், நானும் திறந்த வெளியில்

தீவிரமான உணர்வுகளுடன் இருந்தேன். ஆறு முணுமுணுத்த ஓசையில் என்னிடம் பேசுவதுண்டு.

இயற்கையில் ரகசியங்களை என்னிடம் சொல்வதுண்டு. நான் தனிமையில் கனவு காண்பதில் எனது நாட்கள் கழிந்தன. என் கனவுகளுக்குக் கவிதைகளிலும், படிப்பிலும் உருவம் கொடுத்தேன். எனது சிந்தனைகளை கல்கத்தா மக்களுக்குப் பத்திரிகைகள் மூலமாகவும், செய்தித்தாள்கள் மூலமாகவும் அனுப்பி வைத்தேன். மேலைநாட்டு மக்களின் வாழ்க்கையிலிருந்து முற்றிலும் வேறுபட்ட வாழ்க்கை இது என்று உங்களுக்கு நன்றாகவே புரிந்திருக்கும். உங்களுடைய மேலை நாட்டுக்கவிஞர்களோ, எழுத்தாளர்களோ தங்கள் இளமைக்காலத்தின் பெரும்பகுதியை இப்படி முற்றிலும் தனிமையில் கழித்திருப்பார்களா என்று எனக்குத் தெரியவில்லை. அது போன்ற ஒரு தனிமையான வாழ்க்கையை வாழ முடியாதென்றும், அதற்கு மேற்கத்தியர்களின் உலகில் இடமில்லை என்றும் நான் உறுதியாக வேநம்புகிறேன். எனது வாழ்க்கை இவ்வாறே சென்றது.

கிட்டத்தட்ட என் நாட்டு மக்கள் அனைவருக்கும் அன்றைய நாட்களில் நான் புரிந்து கொள்ள முடியாத ஒரு தனிமனிதனாகவே இருந்தேன். அந்தப் புரிந்து கொள்ளமுடியாத நிலையில் இருந்ததை எண்ணி நான் மனநிறைவு அடைந்தேன். அதுவே அறிந்து கொள்ள வேண்டும் என்ற மக்களின் ஆர்வத்திலிருந்து என்னைப் பாதுகாத்தது. இந்தத் தனிமையிலிருந்து வெளிவந்து என் மக்களுக்கு ஏதேனும் ஒரு வழியில் பணியாற்ற வேண்டும் என்ற ஒரு பேராவல் என் இதயத்தில் தோன்றிய ஒரு காலமும் வந்தது. வெறும் எனது கனவுகளுக்கு வடிவம் கொடுப்பதும், வாழ்க்கைத் துன்பங்களிலிருந்து வெளிவர ஆழ்ந்த தியானம் செய்வது மட்டுமன்றி, என் மக்களுக்கு சில திட்ட வட்டமான சேவைகள் செய்வதன் மூலம் என்ன ண்ணங்களுக்கு உருவம் கொடுக்க முயற்சி செய்தேன். ஒரு விருப்பம், ஒரு பணி என் நினைவில் வந்தது. என்னவென்றால் குழந்தைகளுக்குக் கற்றுத் தருதலாகும். அது, இந்தக் கற்பிக்கும் பணிக்கு நான் மிகவும் பொறுத்தமானவன் என்பதனால் அல்ல, முறையான கல்விப்பயிற்சியின் முழுப்பயனையும் நான் பெற்றிருக்கவில்லை என்பதனால் தான்.

சில சமயம் நான் இந்தப் பணியை மேற்கொள்ளத் தயக்கம் காட்டினேன். ஆனால் இயற்கையின் மீது எனக்கு ஆழ்ந்த விருப்பம் இருந்தது. அது போல இயற்கையாகவே குழந்தைகளிடமும் பேரன்பு இருந்தது. இந்தக் கல்வி நிறுவனத்தைத் தொடங்கிய தன் நோக்கம் என்னவென்றால் குழந்தைகளுடைய மகிழ்ச்சிக்கு முழுச்சுதந்திரம் தரவும், இயற்கையோடு இயைந்த வாழ்க்கையைத் தரவும் தான். எனது சிறுவயதில் முட்டுக்கட்டைகளால் தடைகளால் நான் மிகவும் துன்பப்பட்டேன்.

பள்ளிக்குச் சென்றபோது அது பெரும்பாலான மாணவர்களுக்குத் தண்டனையாகித் துன்பம் கொடுத்தது. இயந்திர கதியிலான கல்வியையே நான் பெற வேண்டியிருந்தது. அது மாணவர்களின் தணியாத தாகமாயிருந்த வாழ்க்கைச் சுதந்திரத்தையும் மகிழ்ச்சியையும் தவிடு பொடியாக்கியது. என்னுடைய இலக்கு குழந்தைகளுக்கு சுதந்திரத்தையும், மகிழ்ச்சியையும் கொடுப்பதாக இருந்தது. அதனால் என்னைச் சுற்றி சில மாணவர்கள் இருந்தனர். அவர்களுக்கு நான் கற்றுக் கொடுத்து, அவர்களை நான் மகிழ்ச்சிப்படுத்த முயன்றேன். நான் அவர்களுடைய விளையாட்டுத் தோழனாக இருந்தேன். அவர்களுக்குத் துணைவனாக இருந்தேன். அவர்கள் வாழ்க்கையைப் பகிர்ந்து கொண்டேன். அந்தக் கூட்டத்தில் நான் தான் மிகப் பெரிய குழந்தையாக இருந்தேன். இந்தச் சுதந்திரமான சூழ்நிலையில் நாங்கள் ஒன்றாகவே வளர்ந்தோம்.

குழந்தைகளின் சுறுசுறுப்பும் மகிழ்ச்சியும் அவர்களுடைய அரட்டைகளும் பாடல்களும் பெருமகிழ்ச்சியின் உற்சாகத்தோடு காற்றில் நிறைத்தன. அங்கிருந்த ஒவ்வொரு நாளும் அவற்றை என் மனதில் நிறைத்துக் கொண்டேன். மாலையில் சூரியன் மறையும் நேரத்தில் நான் அடிக்கடி தனிமையில் அமர்ந்து, சாலையின் இருமருங்கிலும் நிழல் பரப்பிக் கொண்டிருக்கும் மரங்களைக் கூர்ந்து கவனிப்பதுண்டு.

மதியப்பொழுதின் அமைதியான நேரத்தில் காற்றில் மேலெழும்பி வருகின்ற குழந்தைகளின் குரலைத் தெளிவாக என்னால் கேட்க முடிந்தது. இந்த ஆரவாரமும், பாடல்களும் மகிழ்ச்சி ஒலிகளும் அந்த மரங்களைப் போல் இருந்தன. பூமியின் இதயத்திலிருந்து வெளிவரும் வாழ்க்கையின் நீரூற்று எல்லையில்லாத வானத்தின் மையப்பகுதிக்குச் செல்வது போன்றதாய் இருந்தது.

மனித வாழ்க்கையின் ஒட்டு மொத்த அழுகையும், மகிழ்ச்சியின் அனைத்து வெளிப்பாடுகளும் மனிதர்களுடைய பெரும் வேட்கையும் மனித இனத்தின் இதயத்திலிருந்து மேலெழும்பி இந்த வானத்திற்குச் செல்வது போல இது என் மனக்கண் முன் ஒரு குறியீட்டைக் கொண்டு வந்தது. அதை என்னால் காண முடியும். எனக்குத் தெரியும், வளர்ந்த குழந்தைகளாகிய நாம் நமது பெரும் வேட்கையின் புலம்பல்களை எல்லையற்ற பரப்பிற்கு அனுப்புகிறோம். அதை நான் என் இதயத்தின் இதயத்தில் உணர்ந்தேன்.

இந்தச் சூழ்நிலையில் நான் என் கீதாஞ்சலியின் கவிதைகளை எழுதலானேன். மற்றும் அவற்றை இந்தியவானின் அற்புதமான விண்மீன்களுக்குக் கீழே எனக்கு நானே பாடிக்கொண்டேன்.

இந்தப்பரந்தஉலகத்தின்இதயத்தைச்சந்திக்கத்தூண்டப்படுவதை உணரும் நாள் வரும் வரை அதிகாலையிலும், மதியமும், சிவப்பாக ஒளிவீசும் அந்திநேரத்திலும் நான் இந்தப் பாடல்களை எழுதிக் கொண்டிருந்தேன்.

1

என்னை எல்லையில்லாதவனாய் ஆக்குவதில்
		நீ பேருவகை எய்துகிறாய்
என்னை முற்றிலும் வெறுமையாக்குகிறாய்
		மீண்டும் என்னுள் புதிய வாழ்வை நிரப்புகிறாய்.
இந்தச்சிறிய புல்லாங்குழலாகிய என்னை ஏந்திக் கொண்டு
		என்னிடமிருந்து பல புதிய ராகங்களை இசைத்தவாறு
மலைகளையும் ஆற்றங்கரைகளையும் கடந்து செல்கிறாய்
		இவற்றையெல்லாம் நான் யாரிடம் சொல்வேன்?
உனது முடிவற்ற இனிமையான தீண்டுதலால்
		என் இதயம் தன் எல்லைகளை இழக்கிறது
அந்த அளவில்லாப் பரவசத்தில்
		பாடல்கள் என்னிடமிருந்து வேகமாகப் பாய்கின்றன.
இரவும் பகலும் இடைவிடாது
		உன் பரிசுகளை என்னில் நிறைக்கிறாய்
ஆண்டுகள் கழிகின்றன, ஆனால்
		நீ எனக்குத் தருவதை நிறுத்தவில்லை.

2

நீ என்னைப் பாடும்படி சொல்லும் பொழுது
என் இதயம் பெருமையில் பூரிக்கிறது.
ஆவலோடு உன்னை நான் பார்க்கிறேன்.
என் கண்கள் கண்ணீரில் நனைகின்றன
என்னுள்ளிருந்த கடுமைகளும் துயரங்களும்
தெய்வீக இசையில் கரைந்துபோக விழைகின்றன
என்னுடைய வழிபாடுகளும் நினைவுகளும்
உவகைமிக்க பறவைகளைப் போல் பறக்கின்றன.
என்னுடைய பாடல்களால் நீ மனநிறைவு பெறுகிறாய்
அவை உன்னை மகிழ்விக்கின்றன. அது எனக்குத்தெரியும்
அவை உன் தோழமைக்கு என்னை அனுமதிக்கின்றன.
என்னுடைய நினைவுகளால் தொடமுடியாத ஒன்றை
எனது பாடல்களால் அடைகிறேன்.
என் பாடல்கள் என்னையே மறக்கவைக்கின்றன.
அதனால் என் தலைவனான உன்னை
என் நண்பன் என அழைத்துவிட்டேன்.

3

எவ்வளவு அற்புதமாக நீ பாடுகிறாய், நல்வரம் வாய்க்கப்பெற்றவனே!
நான் வியப்புடன் கேட்டுப் பரவசப்படுகிறேன்.
உனது இன்னிசை இந்த உலகைச் சுற்றிவளைக்கிறது
உனது ராகங்கள் வானமெங்கும் பரவுகிறது.
உனது தெய்வீகப்பாடல் பாறைகளைக்
கரைத்துக் கொண்டு விரைந்தோடுகிறது
அந்தப்பாடலில் இணைந்துகொள்ள நானும் ஆசைப்படுகிறேன்
ஆனால் ராகங்கள் என் வசப்படவில்லை.
நான் பேசநினைப்பது இடையில் தடைபடுகிறது
தோற்றுவிட்டேன், என் மனம் விம்மி அழுகிறது
எந்தக் கண்ணியில் நீ என்னை வசப்படுத்தினாய்?
உன் ராகங்களின் வலையில்
நான் சிறைப்பட்டுள்ளேன் இறைவனே!

4

என் ஆன்மாவின் இறைவனே, இரவும் பகலும்
உனது தீண்டுதல் என்னைத் தூய்மைப்படுத்துகிறது
இந்த உண்மையை எப்பொழுதும் நான் என் மனதில் வைத்து
என்னைத் தூய்மையாக வைத்துக் கொள்ள
கடும் முயற்சி செய்கிறேன்
அனைத்து உண்மைகளுக்கும் மூலமுதலே
நீ என்னுள் இருக்கிறாய், இதைத்தான்
எனக்கு நானே எப்பொழுதும் கூறிக்கொள்கிறேன்.
நீ என்னுள் இருந்து என் நினைவுகளை வழி நடத்துகிறாய்
அதனால் உண்மையில்லாத அனைத்தையும்
என் நினைவுகளிலிருந்து விலக்கி வைக்கிறேன்
கடும் முயற்சி செய்கிறேன்.
நீ என் இதயத்தினுள் ஆழமாக
இடம் பிடித்திருப்பதை அறிந்து
அனைத்துத் தீமைகளையும் போலிகளையும்
கடிவாளமிட்டுத்தடுத்து
வெறுக்கத்தக்க அனைத்திலிருந்தும் விலகி இருப்பேன்
ஏனெனில் உன்னால் என் அன்பு தூய்மையானதாக மலரும்
என் அனைத்துப் பணிகளுக்கும் சக்தி
உன்னிடமிருந்தே கிடைக்கிறது.
அதனால் நான் செய்யும் பணிகள் அனைத்திலும்
உன் சக்தியையே பறைசாற்றுகிறேன்.

5

சற்றுநேரம் உன் அருகில் அமர்ந்திருக்க அனுமதிகொடு
     சற்றுநேரம் உன் அருகில் அமர்தலை அனுபவிக்க விரும்புகிறேன்
இன்று நான் செய்து முடிக்காமல் வைத்திருக்கும் வேலைகளை
     பிறகு முடித்துக் கொள்கிறேன்.
உன்னை நான் பார்க்கவில்லையென்றால்
     என் இதயம் அமைதி அடையாது
எனது பணிகளில் என்னால் மூழ்க முடியவில்லை
     எல்லையில்லாக் கடலில் மிதக்கிறேன்
ஆறுதல் அளிக்கும் ஆர்வத்துடன் இன்று
     வசந்தம் என் சன்னலருகே வந்தது.
தோட்டத்தின் புல்வெளிப்பரப்பிலே
     மந்தமான வண்டுகள் ரீங்காரமிடுகின்றன.
இன்றையநாள் நாம் ஓய்வாக
     நெருங்கி அமர்ந்து,
ஒருவரை ஒருவர் பார்த்த வண்ணம்
     என்னை உனக்கு அர்ப்பணித்துப்
பாடலைப்பாட இதுவே சரியான தருணம்.

6

இக்கணமே என்னைப் பறித்துக்கொள்

இனியும் தாமதம் செய்யாதே –

நான் புழுதியில் வீழ்ந்துவிடக்கூடும் என அஞ்சுகிறேன்

நீ அணிந்திருக்கும் மலர்மாலையில்

நானும் ஒரு மலராக இல்லாமல் போகலாம்

உன்னால் மட்டுமே பறித்தெடுக்கப்பட வேண்டும் என்ற

என் நல்விதியில் நம்பிக்கை வைக்கிறேன்.

உடனே என்னைப் பறித்தெடுத்துக்கொள்.

என் அச்சத்திலிருந்து என்னை விலக்கிவிடு.

பகல்பொழுது எப்பொழுது முடியும் என்று

யாருக்குத் தெரியும்?

இரவு எப்பொழுது வரும் என்று

யாருக்குத் தெரியும்?

வழிபாட்டு நேரம் எப்பொழுது என்று யாருக்குத்தெரியும்?

உன்னை வழிபடும் நேரம் தவறிப்போய் விடுமோ?

எந்த நிறத்தை நான் பெற்றிருந்தாலும் என்னை ஏற்றுக் கொள்.

எந்த மணத்தை நான் பெற்றிருந்தாலும் என்னை எடுத்துக்கொள்.

உனது சேவையில் ஒரு பொருளாக என்னை இணைத்துக்கொள்

என்னால் இயலும் பொழுதெல்லாம் உனக்கு

சேவை செய்கிறேன்

பிரித்து எடுத்து என்னை உடனே பறித்துக் கொள்

அச்சத்திலிருந்து என்னை முழுவதுமாக விலக்கிவிடு

7

உனக்காக இந்தப்பாடல் தன்

    ஒப்பனைகளைக் களைந்துவிட்டது.

உனக்காக அலங்காரங்களினால் வரும்

    பெருமைகளை விட்டுவிட்டது.

அணிகள் உனக்கும் எனக்கும் இடையில் வந்து

    நம் இணைவைப் பாழ்படுத்தும்

உன் தணிந்தகுரலை அவற்றின்

    தேவையற்ற ஓசைகள் அடக்கிவிடும்

உனக்கு முன்னால் என் கலைச்செருக்கு

    பயனற்றுப் போகும்

ஓ பெருங்கவிஞனே! என் திறமையின்

    பெருமைகளைனைத்தையும் உன் பாதங்களில்

சமர்ப்பிக்கிறேன்.

    எனது வாழ்க்கையைத் தியாகம் செய்து

எளிமையான சாதாரணமான

    ஒரு புல்லாங்குழலை உருவாக்குவேன்.

எனக்கே உரித்தான இசைகளைக் கொண்டு

    அதன் இடைவெளிகளை நிரப்புவேன்.

8

அரசனைப்போல் ஆடைகளையும் நகைகளையும்
        அணிந்திருக்கும் ஒரு குழந்தை தன் விளையாட்டில்
மகிழ்ச்சியை இழக்கிறான்
        அவன் எடுத்துவைக்கும் ஒவ்வொரு அடியையும்
அவனது ஆபரணங்கள் தடைசெய்யும்
        அரசனைப்போல் ஆடைகளையும் நகைகளையும்
அணிந்திருக்கும் ஒரு குழந்தை
        கிழிந்து போகக்கூடும் தேய்ந்து போகக்கூடும்
புழுதிபடிந்து அழுக்காகக் கூடும் என்றஞ்சி
        தன்தோழர்களிடமிருந்து விலகியே இருப்பான்
நகரக்கூட அஞ்சுவான்,
        அதுபோன்ற ஆடையை உன்குழந்தைக்கு
ஏன் அணிவிக்கிறாய் அம்மா?
        நகைகளை அணிவித்து ஏன் அவனை அழகுபடுத்துகிறாய்?
கதவைத்திறந்து வெயிலிலும் புழுதியிலும்
        சுதந்திரமாக அவனை விளையாட விடு.
ஓர் அரசனைப்போல் உடைஅணிந்த,
நகைகளால் அழகுபடுத்தப்பட்ட ஒரு குழந்தை
        உலகத்தின் திருவிழாக்களில் கலந்து கொள்ள மாட்டான்
இந்தப் பேரண்டத்தின் மையத்திலிருந்து
        ஆற்றலுடன் வெளிவரும் இசையில்
என்றும் இணைய மாட்டான்.

9

என் தோள்களின் மீது என்னையே நான்
இனியும் சுமந்து செல்லமுடியாது
என் கதவிற்கு வெளியிலே
ஒரு இரங்கத்தக்க யாசகனைப்போல்
இனியும் என்னால் நிற்கமுடியாது
எனது சுமைகளையெல்லாம் உன்
காலடியில் வைத்துவிட்டு
கவலை ஏதுமின்றி வெளியே சென்றுவிடுவேன்
நடந்ததை எண்ணி வருந்தவோ, பேசவோ மாட்டேன்
என் தோளின்மீது என்னையே நான்
இனியும் சுமந்து செல்லமுடியாது.
என் ஆசைகளை எல்லாம்
தொட்டுவிட்டு மறைந்து போவான்.
அவனுடைய தீபத்தின் ஒளியை
அணைத்துவிட்டுப் போய்விடுவான்.
புனிதமில்லாதவன் தன் இரு கரங்களால் கொண்டு வந்த
பொருட்கள் இனி எனக்குவேண்டாம்.
அவனது அன்பென்னும் இசை இல்லாமல் வரும்
எந்தப் பொருளிலும் நான் மகிழ்ச்சி காண முடியாது.
என் தோள்களின் மீது என்னையே நான்
இனியும் சுமந்து செல்ல முடியாது

10

தாழ்மையானவர்களும் ஏழ்மையானவர்களும்

நிறைந்திருக்கும் இடத்திலும் உன் காலடி ஓசை

எப்பொழுதும் ஒலிக்கின்றது.

அனைத்திற்கும் மேலே, அனைத்திற்கும் புறத்தே

ஏழ்மையினும் ஏழ்மையானவர்களுடன் நீ இருக்கிறாய்

ஆனால் நான்குனிந்து தலைவணங்கி

உன்னைப் பணிய முயற்சி செய்கையிலே

ஏதோ ஒன்று அதைத்தடுத்து நிறுத்துகிறது

நீ எப்பொழுதும் வீற்றிருக்கும் இடத்தை என்னால்

அடைய முடியவில்லை.

ஏழ்மையானவர்களுக்கும் தாழ்மையானவர்களுக்கும் நடுவிலே

எளிமையினும் எளிமையானவனாய் இருக்கின்ற

உன்னை அடைய என்னால் முடியவில்லை.

ஏழையைப் போல் கந்தலாடை அணிந்து

நீ உலாவரும் இடங்களில்

ஆணவம் நுழைவதற்கு வழிகிடைப்பதில்லை

அனைத்திற்கும் மேலே அனைத்திற்கும் புறத்தே

நீ ஏழ்மையினும் ஏழ்மையானவர்களுடன் வீற்றிருக்கிறாய்

செல்வமும் ஆடம்பரமும் உள்ள இடத்தில்தான்

நீ இருப்பாய் என்றெண்ணி நான்

செல்வமும் பெருமையும் சூழநிற்கிறேன்

ஆனால் நீயோ கைவிடப்பட்டுத் தனித்திருப்பவர்களுடன்

என் இதயம் தொடமுடியாத இடத்திலே வீற்றிருக்கிறாய்

தாழ்மையானவர்களுடனும் ஏழ்மையானவர்களுடனும்

காணப்படும் உன்னை அடைய எனக்கு வழிகிடைக்கவில்லை.

11

பிரார்த்தனைகளையும் வழிபாடுகளையும்
ஒதுக்கிவை.
ஆலயத்தின் ஒரு மூலையில் ஏன் விலகித்
தனிமையில் அமர்ந்திருக்கிறாய்?
இருளில் பிறர்பார்வையிலிருந்து மறைந்து
எதற்காக ரகசியமாக யாரை வழிபாடு செய்கிறாய்?
கண்களைத் திறந்து பார்த்தால் தெரிந்து கொள்வாய்,
கடவுள் அங்கு புகலிடம் பெறவில்லை என்பதை!
விவசாயிகள் கடுமையாக உழைத்துப் பணிபுரியும்
இடத்திற்குச் சென்றுள்ளான்,
மண்ணைக் கிளறி வேலை செய்ய.
கல்உடைக்கும் பணியாளர்கள் வருடக்கணக்கில்
கற்களை உடைத்துச் சாலை அமைக்கும்
இடத்திற்குச் சென்றுள்ளான்,
வெயிலிலும் மழையிலும் பணிபுரியும்
ஒவ்வொருவரிடமும் இருக்கிறான்.
கறைபடிந்து அழுக்கான கரங்களுடன்
எங்கெங்கும் இருக்கிறான்.
உன் கறைபடியாத ஆடையைக் கழற்றிவிட்டு
அவனைப்போல் நீயும் நிலத்தில் பணியாற்ற விரைந்துவா!
விடுதலை? அதை நீ எங்கே பெறுவாய்?
விடுதலை எங்கே கிடைக்கும்?
தன் விருப்பப்படியே இந்த உலகத்தைப் படைத்து
இறைவன் தன்னையே நம்மில் பிணைத்துக் கொண்டான்

மலர்க் காணிக்கைகளையும் தியானம் செய்வதையும் விட்டுவிடு

உன் ஆடை புழுதிபடிந்து கந்தலானால்தான் என்ன?

உன் நெற்றியிலிருந்து வியர்வை சிந்த

எப்பொழுதும் கடுமையாக உழைத்து அவனருகில் நில்.

12

வைகறைத் தேரில் நான் எனது
    பயணத்தைத் தொடங்கி வெளிவந்த போது,
நான் பல உலகங்களைக் கடக்க வேண்டும் என்றும்,
    பலயுகங்கள் என் முன்னே நீண்டு கிடக்கின்றன
என்றும் எனக்குத் தெரிந்திருந்தது
    எனது பாதையில் பலவிண்மீன்களையும்
சுற்றிக் கொண்டு உலகங்கள் முழுவதும்
    பயணம் செய்தேன்
மலைகளையும் காடுகளையும் கடந்து செல்கையில்
    வழியெங்கும் எனது அடையாளத்தைப்
    பதித்துச் சென்றேன்.
மிக அருகாமையில் இருந்ததை அடைய
    வெகுதூரம் பயணம் செய்ய வேண்டி இருந்தது.
எளிமையான இசையை அடைவதற்கான ராகம்
    கடுமையான பயிற்சிக்குப்பின் கிடைக்கிறது.
பல அந்நிய நாடுகளில் தங்கியிருந்த பின்
    பயணி தன்னிடமே தன் சொந்த வீட்டைக் காண்கிறான்.
பல மணற்பாங்கான கடற்கரைகளையெல்லாம்
    கடந்து வந்த பிறகு
கடவுள் தன் இதயத்திலேயே இருக்கக் காண்கிறான்.
    "இதோ நீ இங்கிருக்கிறாய்" இவையே
எப்பொழுதும் நான் கூற விழைந்தவை.
    என் விழிகளை அகலத்திறந்து வைத்த வண்ணம்
    எல்லா வழிகளிலும் தேடுகிறேன்!

எண்ணிலடங்கா சிற்றாறுகளை இந்த பூமியில்
    நிறைத்த வண்ணம்
நீரோட்டங்கள் நீ இருப்பதை உறுதி செய்கின்றன
    ஆனால் உன்னை எங்குமே காண இயலாமல்
நீ வருகை தராததால் விம்மிக் கொண்டிருக்கிறேன்.

13

அந்தப் பாடலைப் பாடுவதற்காகவே
    நான் இங்கிருக்கிறேன்.
ஆனால் இன்னும் பாடப்படாமல் இருக்கிறது.
    நான் ஆவலுடன் தயாராகிக் கொண்டிருக்கிறேன்
அதற்கு உரிய நேரம் வரும் என்ற நம்பிக்கையில்
    எனக்குத் தேவைப்படும் சுருதி என்னிடம் இல்லை
இசைப்பாடல்கள் உருவாக முடியாது.
    ஓர் அழுத்தமான இசையால் தோன்றும்
உளைச்சல் மட்டுமே என் இதயத்தில்
    இருப்பதை நான் உணர்கிறேன்.
காற்று வீசத்தொடங்குகிறது
    மலர் இனி மலர வேண்டும்,
நான் இன்றுவரை அவன் முகத்தைப் பார்த்ததுமில்லை
    அவன் குரலைக் கேட்டதுமில்லை.
அவ்வப்பொழுது அவனது காலடிஒசை
    அவன் கடந்து செல்வதை உறுதிப்படுத்துகிறது.
என் வீட்டின் முன் உள்ள பாதையில்
    அவன் இங்கும் அங்கும் நடந்து செல்லும்
ஒசையை மட்டுமே கேட்கிறேன்.
    அவன் வருவான் என்ற நம்பிக்கையில்
நாள் முழுவதும் அவனுக்காக
    இருக்கையைக் காலியாக வைத்திருக்கிறேன்.
ஆனால் நான் இன்னும் தீபத்தை ஏற்றவில்லை.
    எப்படி நான் அவனை உள்ளே அழைக்க முடியும்?

அவனை எப்படியும் வரவழைப்பேன் என்ற
நம்பிக்கையில் வாழ்கிறேன்
ஆனால் என் கண்களிலிருந்து நழுவிச்
சென்று கொண்டே இருக்கிறான்.

அவனை எப்படியும் வரவழைப்பேன் என்ற
நம்பிக்கையில் வாழ்கிறேன்
ஆனால் என் கண்களிலிருந்து நழுவிச்
சென்று கொண்டே இருக்கிறான்.

14

இறைவனே, நான் தீவிரமாக உன்னை
    வேண்டி நின்ற பொழுது
நீ விலகிநின்று என்னைக் காப்பாற்றினாய்
    நீ திண்ணமாக எதையும் மறுப்பது
என்மீது உனக்குள்ள கருணையின் அடையாளம்.
    என் இறுதிநாள் வரை அந்தக் கருணையை
செல்வமெனப் போற்றுவேன்
    நான் கேட்காமலே எனக்கு வானம், ஒளி, உடல்,
மனம், உயிர் இவற்றைப் பரிசாகத் தந்து கொண்டிருக்கிறாய்.
    என்னை எதற்கும் அதிகமாக ஆசைப்படாமல்
இருக்கச் செய்கிறாய். நாளுக்கு நாள்
    என்னை அவற்றிற்கு அருகே அழைத்துச் செல்கிறாய்.
உனக்கு என்னை நான் அர்ப்பணிக்கும் நாள்வரை
    பேராசையால் வரும் ஆபத்திலிருந்து
    என்னைக் காப்பாற்று.
சில நேரங்களில் நான் மறந்து போகிறேன்
    சில நேரங்களில் விழிப்புடன் நினைவு கூர்கிறேன்
    கருணைகாட்டாமல் சில பொழுது இருந்து விடுகிறாய்
எனக்குத் தெரியும் உண்மையிலேயே நீ என்னைப்
    பாதுகாப்பதற்காகவே விலகிநிற்கிறாய் என்று
என் இச்சைகளுக்கு இணங்காமல் விலகி நிற்பதால்

அவற்றால் வரும் ஆபத்துக்களிலிருந்து பாதுகாக்கிறாய்.

நீ என்னை ஏற்றுக் கொள்ளத் தகுதியுடையவனாக்க

எனது வாழ்க்கையைத் தூய்மையானதாக ஆக்குவேன். நிலையில்லாத ஆசைகளினால் வரும்

பேராபத்திலிருந்து நீ என்னைக் காப்பாற்று!

15

உனக்காகப் பாடல்களைப் பாடுவதற்காகவே
   நான் இந்த உலகத்தில் வாழ்கிறேன்.
உன்னுடைய கூடத்தில் எனக்காக ஒரு
   சிறிய இடம் தந்தால் போதும்.
இறைவா நான் உன் உலகத்தில் வேறு
எந்த வேலையையும் செய்யத் தகுதியில்லாதவன்
   என்னால் செய்யமுடிந்த ஒரே செயல்
   என் இதயத்தில் உனக்காக ராகங்களை
உருவாக்குவது மட்டும்தான்.
   நள்ளிரவின் ஓசை அடங்கிய கோயிலில்
வழிபாட்டு நேரம் வரும் போது
   உன்முன்னால் நான்பாட
ஆணையிடு என் இறைவனே!
   வைகறை ஒளியிலே,
வீணை உன்னதமான இசையைப் பரப்பும் போது
   என் இறைவனே, என்னை அந்த
இசையிலிருந்து ஒதுக்கி வைத்துவிடாதே.

16

இந்த உலகின் திருவிழாவிற்கு
		நான் அழைக்கப்பட்டிருக்கிறேன்
புனிதமானவனாகவும் ஆசீர்வதிக்கப்பட்டவனாகவும்
		என்னை நான் உணர்கிறேன்.
என் கண்கள் வியப்பில் முழுவதும் விரிந்து
		தொலைதூரத்திற்கு இங்கும் அங்குமாய் அலைபாய்கின்றன
நிலப்பரப்பின் அழகில் ஆறுதல் தேடுகின்றன.
		ஆழத்திலிருந்து வருகிற இசையைக் கேட்கிறேன்
அது என்னைப் பரவசப்படுத்துகிறது.
		எனது புல்லாங்குழலை வாசிக்க
உன் வழிபாட்டிற்குரிய இடத்தைச் சார்ந்திருந்தேன்
		வாழ்க்கையின் துன்பங்களையும் இன்பங்களையும்
பாடல்களில் நான் உருவாக்கினேன்
		நான் விடைபெறும் நேரம் வந்துவிட்டதா?
நான்போவதற்கு முன் உன் அரண்மனைக்கு வந்து
		உன்னைக் கண்டு உனது வெற்றியைப்
பாடவேண்டும்.

17

உன் அன்பிற்கு என்னை அர்ப்பணிக்கும்
    தருணத்திற்காக நான் காத்திருக்கிறேன்
ஏற்கெனவே காலங்கடந்து விட்டது
    பலபாவங்களைச் செய்துவிட்ட
குற்றஉணர்வில் இருக்கிறேன்.
    அவர்கள் என்னைக் கட்டளையால்
கட்டிப்போட முயன்றபோது
    நான் அங்கிருந்து நகர்ந்து சென்றேன்
எனக்கு வரும் எந்தத் தண்டனையையும்
    மகிழ்ச்சியோடு ஏற்றுக் கொள்கிறேன்.
உன் அன்பிற்கு என்னை அர்ப்பணிக்கும்
    தருணத்திற்காக நான் காத்திருக்கிறேன்
அவர்கள் என்மீது குற்றஞ் சுமத்துகிறார்கள்
    அவர்கள் சொல்வதிலும் நியாயமிருக்கிறது
அவர்கள் சொல்லும் குற்றங்களையெல்லாம்
    நான் தாழ்மையுடன் ஏற்றுக்கொள்கிறேன்
வாழ்க்கைச் சந்தையும் முடிவுக்கு வந்துவிட்டது
    பொழுதும் இப்பொழுது கழிந்துவிட்டது
என்னைத் திரும்ப அழைத்துச் செல்லவந்தவர்கள்
    என் செயலைக் கண்டு சீற்றத்துடன்
திரும்பிச் சென்றுவிட்டனர்
    ஆனால் உன் அன்பிற்கு என்னை அர்ப்பணிக்கும்
தருணத்திற்காக நான் காத்திருக்கிறேன்.

18

மேகங்கள் மீது மேகங்கள் குவிகின்றன

உலகம் இருண்டு கொண்டிருக்கிறது

கதவிற்கு வெளியே ஏன் என்னைத்

தனிமையில் காத்திருக்க வைக்கிறாய்?

நாள் முழுவதும் நான் மக்கள் கூட்டத்தினிடையே இருந்து

பலவித வேலைகளில் ஆழ்ந்து விடுகிறேன். ஆனால்

நீ வருவாய் என்று சொன்னதால்

இன்றுநான் உனக்காகக் காத்திருக்கிறேன்

தனிமையில் கதவருகே நீ ஏன்

என்னைக் காக்க வைக்கிறாய்?

நீ என்முன் தோன்றவில்லை என்றால்

என்னை ஒதுக்கி வைக்கும்

மனப்பாங்குடன் இருந்தாய் என்றால்

இந்தக் கடுமையான மழை நாளை

நான் எப்படிக் கழிப்பேன்?

வெகுதுரத்திற்கப்பால் என் பார்வையைச் செலுத்தி

உன் வரவைப் பார்த்துக் கொண்டிருக்கிறேன்.

அடங்காமல் வீசும் காற்றுடன்

என் இதயமும் அலைந்து திரிகிறது.

கதவருகில் தனிமையில் ஏன் என்னைக்

காத்திருக்க வைக்கிறாய்?

19

மெளனமாக இருப்பவனே, நீ பேச மறுத்தால்
எதுவும் பேச வேண்டாம்.
உன் மெளனத்தால் என் இதயத்தை நிரப்பிக் கொள்வேன்.
கண்விழித்துக் காவல் காக்கும் விண்மீன்களுடன்
அமைதியாக இருக்கும் இரவைப் போல
பொறுமையுடன் தலைகுனிந்து நான்
அசையாமல் காத்திருப்பேன்
காலைப் பொழுது கட்டாயம் வரும்.
இருள் மறையும்
உன்குரலின் தங்கத்தாரைகள்
வானில் ஒளி ஏற்றும்
உனது சொற்கள் கொண்டு உருவாக்கப்பட்ட
பாடல்கள் என் கூட்டை நிறைக்கும்
அப்போது எனது அடர்ந்த கானகம் உனது
தெய்வீக இசையை எதிரொலிக்குமா?

20

அந்தத் தாமரை மலர்ந்த அந்நாள்

    என் உணர்வின்றி முற்றிலும் குழப்பத்தில் இருந்தேன்.

அதைக்கொய்து என்கூடையில் போடத்தவறிவிட்டேன்

    அது பறிக்கப்படாமலே இருந்தது

என் மனம் மிகவும் குழப்பத்தில் இருந்தது

    ஒரு கனவால் தூண்டப்பட்டு திடுக்கிட்டு எழுந்தேன்

தென்றலில் மிதந்துவந்த மென்மையான

    இனிமையான மணத்தை நுகர்ந்தேன்

அந்த மணம் ஏக்கத்துடனான ஓர்

    உணர்ச்சியைத் தூண்டிவிட்டு இங்கும் அங்குமாய்

நெடுந்தூரம் என்னை இழுத்துச் சென்றது.

    வசந்தத்தின் வசீகரத்தை

    என் உலகத்திற்குத் திரும்பக் கொண்டுவர

    தக்க பாதைகளைத் தேடியவாறு இருந்தேன்.

வசந்தத்தின் நாட்கள் நிறைவுற்ற போது

    எனது தேடல் விழித்துக் கொண்டது போல்

உணர்ந்தேன்

    அதுமிகத் தொலைவில் இல்லை,

அது என்னுடையது, எனக்குள்ளேயே இருக்கிறது

    என்று எனக்குத் தெரியாமல் போனது

ஆ! என் இதயத் தோட்டத்தில்

    ஏற்கனவே அது மலர்ந்திருந்தது

21

துடுப்பை எடுத்து நான் என்
        படகைச் செலுத்த வேண்டிய நேரம் இது
கரையில் நீண்டகாலம் நான்
        என் பொழுதைக் கழித்துவிட்டேன்
மலர்களை மலரச் செய்துவிட்டு
        வசந்தமும் சென்றுவிட்டது
எனது நாளைக் கழிக்க உதிர்ந்துபோன
        மலரிதழ்கள் மட்டும் போதுமா?
நீரின் அளவு உயர்ந்து
        அலைகள் ஆர்ப்பரிக்கின்றன
அடர்ந்த மரங்களின் நிழலிலே
        இலைகள் முணுமுணுத்துக்கொண்டே
கீழே விழுகின்றன
        வெகுதூரம் ஏன் வெறுமையாகப்
பார்த்துக் கொண்டிருக்கிறாய்?
        அக்கரையிலிருந்து ஒலிக்கும் புல்லாங்குழலின்
ஓசையில் இந்தக் காற்றும் வானமும்
        எப்பொழுதையும் விட சிலிர்த்துக் கொள்கின்றன

22

இந்த ஆவணிமாதத்து அடர்ந்த
        மழைக்கால மேகத்தின் நிழலிலே
அனைவரின் பார்வையிலிருந்தும் நழுவி
        இரவைப் போல் அமைதியாக ரகசியமாக
மௌனம் சாதிப்பவனே நீ நடந்துவந்தாய்
        வைகறையின் கண்கள் மூடியுள்ளன.
காற்று குறிக்கோளின்றி உரக்கக்
        கூவிக் கொண்டிருக்கிறது
அடர்ந்த மேகங்கள் என்னும்
        திரைச்சீலை கொண்டு நீலவானத்தை மூடியதுயார்?
மரங்கள் பறவைகளின் பாடல் ஓசையின்றி
        அமைதியாக இருக்கின்றன
கதவுகள் அனைத்தும் மூடி இருக்கின்றன
        தனிமையான வழிப்போக்கனே நீ யார்?
இந்த நம்பிக்கையற்ற சாலையிலே
        ஏன் தனியாக நடந்து கொண்டிருக்கிறாய்?
என் நெருங்கிய தனிமையான நண்பனே,
        என் கதவுகள் நாள் முழுவதும் திறந்திருக்கின்றன
என்னைப் பார்க்காமல் கவனக்குறைவாக
        கடந்து போய் விடாதே.

23

இந்தப் புயலடிக்கும் இரவில் எங்கேனும்
காதலியைக் காணச் செல்கிறாயா
என் உயிர் நண்பனே?
நம்பிக்கை இழந்து வானம் ஓலமிடுகிறது
எனது உறக்கம் முற்றிலுமாகப் போய்விட்டது
இனியவனே என் கதவைத்திறந்து
மீண்டும் மீண்டும் உன்னைத்
தேடிப்பார்க்கிறேன் என் உயிர் நண்பனே!
வெளியில் பார்க்கிறேன், எதையும் காணவில்லை
நீ எங்கே நடந்து சென்று கொண்டிருப்பாய்
என்று வியக்கிறேன்
தொலைவில் உள்ள ஆற்றங்கரையில் எங்கேனும்?
அடர்ந்த காற்றின் தூரத்து முனையில் எங்கேனும்?
அல்லது அடர்ந்து இருண்டபாதையில்
எங்கேனும் நடந்து கொண்டிருக்கிறாயா?
என் உயிர் நண்பனே!

24

இந்த நாள் முடிந்துவிட்டால்,

    பறவைகள் இனிப்பாட முடியாது என்றால்

காற்று உற்சாகம் குன்றி நின்று போனால்

    அடர்ந்த இருளில் என்னை முழுவதுமாக மூடிவிடு

ரகசியமாக மெதுவாக கனவிலே

    இந்த பூமியை நீ மூடிவைத்திருப்பதைப் போல

இரவிலே தாமரையை அதன் வாடிய இதழ்களைக் கொண்டு

    மூடுவதைப்போல் என்னையும் அடர்ந்த

இருள் என்னும் திரைச்சீலை கொண்டு மூடிவிடு

    இந்த வழிப்போக்கன் பயணம் செய்கையில்

பயணம் முடியும் முன்பே உணவுப் பொருட்கள் தீர்ந்து

    ஆடைகள் கிழிந்து, புழுதிபடிந்து, எளியவனாய்,

பலமிழந்து முயற்சியைக் கைவிடுகிறான்

    அவனுடைய வலியைப் போக்கி,

காயங்களுக்கு மருந்திட்டு

    அவனைக் கண்விழித்துக் காத்து

அவனது மனவலியை அக்கரையோடு

    இரவு முழுவதும் பேணிக்காத்திடு

மீண்டும் வைகறை ஒளியில்

    அவன் சிறந்தவனாய் விழித்தெழட்டும்

25

சோர்வு அதிகமாகி அவ்வப்போது என்னை
		வெற்றிகொண்டாலும்
என் ஆன்மாவின் ஒளியை முற்றிலுமாய்த் தோற்கடித்தாலும்
		என் தீர்மானத்தின் சக்தி கொஞ்சம் கொஞ்சமாக
வற்றிப்போய் என் வழிபாட்டை பலமிழக்க வைத்தாலும்
		மனத்தளர்வூட்டினாலும் நான் தடுமாறாமல் இருக்க வேண்டும்
அச்சம் என்னை வெற்றி கொள்ளாமல் இருக்க வேண்டும்
		புதிதாய் நம்பிக்கை தளிர்த்து
உன்னிடம் என்னை அழைத்துச் செல்லட்டும்.
		உன்னை என் உற்ற துணையாக எண்ணி
இந்த இரவின் சோர்வை
		இந்த நெடிய சாலையின் புழுதியிடம் ஒப்படைத்து விட்டு
என்னை உன்னிடம் ஒப்படைக்கிறேன்
		அச்சமின்றி உறக்கத்தை வரவழைத்துக் கொண்டு
சற்றும் சோர்வின்றி தீவிரமான
		ஆர்வத்துடன் உன்னைத் தொழவிடு.
உனக்காக என் வழிபாடுகள்
		தளர்வுற்ற குரலில் இருக்கக் கூடாது
சலிப்படைந்த பகலின் காட்சியை
		இரவென்னும் திரைச்சீலை கொண்டுமூடி
நம்பிக்கை நிறைந்த புதிய ஒளியில்
		என்னை விழித்தெழச் செய்ய வேண்டுகிறேன்.

26

அவன் வந்து என் அருகில் அமர்ந்தான்
ஆனால் நான் விழித்துக் கொள்ளவில்லை
சபிக்கப்பட்ட காரிகை போல, அப்படி என்ன தூக்கம்
வாய்ப்பை நழுவ விட்டு?
அமைதியான இரவில் கையில் வீணையை
எடுத்துக் கொண்டு அவன் வந்தான்
ஆழ்ந்த ராகத்தை இசைத்துக் கொண்டு
என் கனவுகளைத் தூண்டிவிடுகிறான்
கண்விழித்துப் பார்க்கிறேன், தென்றல் காற்று
கட்டுக்கடங்காமல் வீசிக் கொண்டிருக்கிறது
அவனுடைய நறுமணம் தென்றலில் மிதந்து சென்று
அடர்ந்த இரவை நிரப்பிக் கொண்டிருக்கிறது
என் இரவுகளெல்லாம் ஏன் இப்படிக்கழிகின்றன?
அவன் ஏன் இவ்வளவு நெருக்கமாக இருக்கிறான்
இருந்தாலும் நழுவிச் செல்கிறான்?
அவன் அணிந்திருக்கும் மாலை
என் மார்பை ஏன் தீண்டவில்லை

27

எங்கே, நான் தேடிக்கொண்டிருக்கும் விளக்கு எங்கே?
பிரிவின் வலிகொண்டு அந்த விளக்கை ஏற்றிவை
விளக்கை நான் காண்கிறேன் ஆனால் ஒளிப்பிளம்பு இல்லை
இதுதான் எனக்காகத் தரப்பட்ட விதியா?
பிரிவின் வலிகொண்டு விளக்கை ஏற்றிவை
இதைவிட மரணம் எவ்வளவோ மேலானது
வலியைப் பறைசாற்றுவோன் பாடுகிறான், "என் இதயமே,
கூரிருளில் கடவுள் உனக்காகக் காத்திருக்கிறார்,
உன்னுடன் ஒரு காதல் சந்திப்பை வேண்டி,
உன் மனதைப் பெருந்துயரில் மூழ்கவைத்துவிட்டதால்
கடவுள் உனக்காக உறங்காமல் காத்திருக்கிறார்
மேகங்கள் அடர்ந்து வானத்தைச் சூழ்ந்திருக்கிறது
இடைவிடாது மழை பொழிந்து கொண்டிருக்கிறது
இப்படிப் பேரச்சமூட்டுகிற இரவில் திடீரென்று
என் இதயம் ஏன் உணர்ச்சிவசப்படுகிறது?
மழை விடாமல் பெய்து கொண்டிருந்தாலும் அப்படி அதை
வினோதமாகச் செயல்படத் தூண்டியது எது?
கணநேரமே மின்னல் வானில் தோன்றுகிறது
அடர்ந்த இருள் பரவத் தொடங்குகிறது.
திடீரென்று வெகுதொலைவில் எங்கிருந்தோ
அடித்தளத்திலிருந்து வரும் இசை கேட்கிறது
அடர்ந்த இருள் பரவிக் கொண்டிருந்தாலும்
நான் முற்றிலுமாக அந்த இசையால் ஈர்க்கப்படுகிறேன்.
எங்கே, நான் தேடிக் கொண்டிருக்கும் விளக்கு எங்கே?

பிரிவின் வலிகொண்டு அந்த விளக்கை ஏற்றிவை

இடியோசை கேட்கிறது, திடீரென்று காற்று வீசுகிறது

நேரம் செல்கிறது ஆனால் நான் செல்லவில்லை

அந்த இரவு சாணைக்கல்போல் கறுத்திருக்கிறது

அன்பென்னும் விளக்கை உன் உயிர்மூச்சால் பற்றவை.

28

தடைகள் என் வளர்ச்சியைத் தடுத்துக் கொண்டிருக்கின்றன
என் வலிமை கொண்டு அவற்றைக் கடந்து செல்ல முயல்கிறேன்
ஆனால் அதை முடிவுக்குக் கொண்டுவர
நான் செய்யும் முயற்சி
என்னுள் வலியை உண்டாக்குகிறது
அவற்றிலிருந்து விடுதலைபெற உன் உதவியை நாடுகிறேன்
ஆனாலும் உதவியைக் கேட்க நான் மிகவும் வெட்கப்படுகிறேன்.
நீயே எனது விலைமதிப்பில்லாத சொத்து
என்னிடம் உள்ள எந்தப் பொருளும் அதற்கு ஈடாகாது
ஆனாலும் என் சிதிலமடைந்த வீட்டில் சிதறிக்கிடக்கும்
பொருட்களைக் கைவிட முடியவில்லை
என் இதயம் உன்னைப் புழுதியிலே மறைத்து வைக்கிறது,
மீண்டும் மீண்டும் என்னுள் மரணத்தைத் தூண்டுகிறது.
என் ஆன்மா முழுவதிலும் நிறைந்திருக்கும்
புழுதியை நான் வெறுக்கிறேன்.
எனினும் அதிலிருந்து மீளமுடியாமல்
தெரிந்தே தவறு செய்கிறேன்
மேலும் மேலும் அவை குவிந்து கொண்டே இருக்கின்றன
எனது தோல்விகளையும் பொய்க்கதைகளையும்
வெளிப்படுத்துகின்றன.
அதனால் எனக்கு நன்மைதரும் செயலை நான்
செய்ய முயற்சி செய்கையில்
அச்சம் முற்றிலுமாக என்னை ஆட்கொள்கிறது.

29

என் பெயரில் மறைந்து கொண்டிருப்பவனை
என் பெயரால் மூடிமறைக்கும் பொழுது
அவனை மூச்சுத்திணற வைத்துக்
கொஞ்சம் கொஞ்சமாகக் கொன்று கொண்டிருக்கின்றேன்
பலங்கொண்ட மட்டும் என் பெயர் கேட்கும்படி
வானத்தின் எல்லைவரை உயர்த்திக் கொண்டிருக்கிறேன்
என் பெயரின் இருள் அதிகமாக அதிகமாக
என்னுள் இருக்கும் உண்மையை அதில்
தொலைத்து விடுகிறேன்
அடுக்கடுக்காய் புழுதிகளைச் சேகரித்து
பலங்கொண்டமட்டும் என் பெயரைக்
கூவி அழைக்கப் போராடுகிறேன்.
அதில் குறைபாடுகள் தோன்றுகையில்
என் மனம் ஆசுவாசப்படுவதில்லை
கவலைப்படாமல் இருக்கவும் முடியவில்லை
இந்த உண்மையில்லாத ஒன்றைப் பேணி வளர்க்க வளர்க்க
நான் என்னை மேலும் மேலும் இழந்து கொண்டிருக்கிறேன்

30

நான் உன்னுடனான ஒரு சந்திப்பிற்காக

அனைத்திலிருந்தும் விலகித் தனியாக வந்தேன்

ஆனால் இந்த அமைதியான இருளில்

யார் என்னுடன் வருகிறார்கள்?

நான் அவனைவிட்டு விலக மிகவும் முயன்றேன்

பின்னால் திரும்பி விலகிச் சென்றேன்

என்னைப் பின் தொடர்ந்து வந்தவன்

சென்றுவிட்டான் என்று நினைத்தபோது

இது என்ன அவன் மறுபடியும் என் முன்னே தோன்றுகிறான்

தன் நிதானமில்லாத நடையால் நிலத்தை அதிரவைக்கிறான்

அளவுக்கதிகமான பதற்றம் அவனிடம் தெரிகிறது.

நான் உன்னிடம் சொல்ல நினைக்கும் அனைத்தையும்

அவனே சொல்ல வேண்டுமென்று விரும்புகிறான்.

அவன் எனக்குள் மிக ஆழத்தில் உள்ள

நானேதான் - என் இறைவனே

அவனுக்கு வெட்கம் என்பதே இல்லை

ஆனால் அவன் துணையுடன் உன்னிடத்திற்கு

வர நான் வெட்கப்படுகிறேன்

31

"கைதியே, உன்னை இவ்வளவு
இறுக்கமாகக் கட்டிப்போட்டது யார்?"
"இந்த உடைக்கமுடியாத சங்கிலியால்
    என்னைக் கட்டிப்போட்டது என் தலைவனே
    என்னையாரும் விஞ்சமுடியாது என்ற
    நம்பிக்கையில் அரசனைப்போல் அத்தனை
    மதிப்புடைய பொருள்களையும் சேமித்து வைத்தேன்.
எல்லாவற்றையும் செய்து முடித்துவிட்டேன்
என்ற நம்பிக்கையில் என் தலைவனுடைய
    படுக்கையில் படுத்து உறங்கினேன்.
கண்விழித்துப் பார்த்தபோது நான்
சேமித்து வைத்திருந்த சொத்துக்களாலேயே
சுற்றிவளைக்கப் பட்டிருப்பதைக் கண்டேன்"
"கைதியே, உடைக்கமுடியாத சங்கிலியால்
    இவ்வளவு இறுக்கமாக உன்னைக்
    கட்டிப் போட்டது யார்?"
"முற்றிலும் நேர்மையற்ற முறையில் நான்தான்
    இந்தச் சங்கிலியை உருவாக்கினேன்
இந்த உலகில் அனைவரையும் வென்று வீழ்த்துவேன்
    நான் மட்டுமே சுதந்திரமாக இருப்பேன்
    என்று நினைத்தேன்.
அதனால் தடைகளையெல்லாம் தாண்டி
    ஓய்வின்றிக் கடுமையாக உழைத்து முற்றிலும்
நேர்மையற்ற முறையில் இந்தச் சங்கிலியை

நான் உருவாக்கினேன்.

யாராலும் தகர்க்க முடியாத ஒன்றை

    உருவாக்கியிருக்கிறேன் என்று நினைத்த மாத்திரத்தில்

ஓர் உடைக்க முடியாத சங்கிலியில்

    நானே கட்டுண்டிருப்பதை உணர்ந்தேன்".

32

இந்த உலகில் என்னை நேசிப்பவர்கள்

முடிந்தவரை இறுக்கமாக என்னைத்

தங்களுடன் பிணைத்துக் கொள்கிறார்கள்

இடைவிடாது என் மீது பொழிகின்ற உன் அன்பு,

என்னிடமிருந்து எதையும் எதிர்பார்த்ததில்லை

ஆனால் என்னைச் சுதந்திரமாக இருக்க விட்டதன் மூலம்

நீ என்னைப் பிணைத்து வைத்திருக்கிறாய்

நான் அவர்களை மறந்து விடுவேன் என்ற அச்சத்தில்

அவர்கள் என்னை இறுக்கமாகப் பிடித்து வைத்திருக்கிறார்கள்

அதனால் உன்னுடன் எனது நாட்கள் செல்லச் செல்ல

என்பார்வையிலிருந்து நீ மறைந்து போன நிலையில்

உன்னைநான் அழைத்தாலும் அழைக்காவிட்டாலும்

என்னை மகிழ்விக்க என்னிடம் உள்ளதே போதும்

இதனால் என் உவகையைக் கண்டு நீ மகிழ்கிறாய்.

33

அன்று பகல்பொழுதில் அவர்கள்
 என் வீட்டிற்கு வந்தார்கள்
அவர்கள் சொன்னார்கள், "நாங்கள்
 கீழே ஒரு மூலையில் படுத்துக் கொள்கிறோம்"
அவர்கள் சொன்னார்கள், "உங்களுடைய
 இறைவழிபாட்டில் உங்களுக்கு உதவிபுரிகிறோம்",
வழிபாட்டின் முடிவில் எஞ்சியுள்ளதை மட்டும்
 நாங்கள் எடுத்துக் கொள்கிறோம்".
அவ்வாறு சொல்லி, நிறம் மங்கிய, கிழிந்து போன
 ஆடை அணிந்திருந்த அவர்கள் தயக்கத்துடன்
என் வீட்டின் ஒரு மூலையில் அமர்ந்து கொண்டார்கள்.
அன்று இரவு அவர்கள் கட்டுக்கடங்காத
 வன்முறையில் என் ஆலயத்தைச் சூறையாடினர்
கறைபடிந்த கரங்களுடன் எனது காணிக்கைப்
 பொருட்களை அவசர அவசரமாகக் கவர்ந்து எடுத்தனர்.

34

இறைவனே, நான் உனக்குத் தரும் பொழுது

என்னால் தரமுடிந்த அனைத்தையும் கொடுத்த பிறகு

எனக்காக நீ விட்டுச்செல்லும் பொருள் எதுவாக

இருப்பினும் அதைக்கொண்டு நான் மகிழ்ச்சிஅடைவேன்

இயலுகின்ற வழிகளிலெல்லாம் நான் உன்னைக் காண்கிறேன்

அனைத்தையும் உனக்குத் தருவதில்

உன்னில் என்னை இழக்கிறேன்

இரவும் பகலும் அன்பில்நான்

உன்னுடன் இணைந்திருப்பேன்

எனக்கென எஞ்சிநிற்கும் ஒரே ஆசை

இதுதான் இறைவனே, நிலையாகநான் என்றும்

உன்னுடன் இணைந்திருக்க வேண்டும்.

நான் உனக்குத்தரும் பொழுது இறைவனே,

என்னால் தரமுடிந்த அனைத்தையும் தருகிறேன்

நான் எங்கே வாழவேண்டியிருந்தாலும்

உன்னைத் திரையிட்டு மறைக்கமாட்டேன்.

உன்னை மகிழ்ச்சிப்படுத்தும் எதுவும்

எனக்கு மனநிறைவைத் தரும்

அது என்னை என் வாழ்நாள் முழுவதும்

உன்னுடன் இணைத்திருக்கும்

உனது கரங்களில் நான் என் முழுமையை உணர்கிறேன்

நான் என்றும் உன்னுடன் நிலையாக இணைந்திருக்க

வேண்டும் என்கின்ற இந்த ஆசை மட்டும் எனக்காக எஞ்சி
இருக்கட்டும்.

35

எங்கே மனம் அச்சமின்றி இருக்கிறதோ,

தலை நிமிர்ந்து நிற்கிறதோ,

எங்கே அறிவு சுதந்திரமாக செயல்படுகிறதோ

எங்கே நாம் வாழ்கின்ற இடங்கள்

வேலிகள் இடப்பட்டு, இந்த உலகம் சிறு சிறு

துண்டுகள் ஆக்கப்படாமல் இருக்கிறதோ

புறக்கடையில் மக்கள் சுவர்களுக்குள்

சிறைப்படுத்தப்படாமல் இருக்கிறார்களோ,

எங்கே சொற்கள் இதயத்தின் ஆழத்திலிருந்து வருகின்றனவோ,

　　எங்கே நீரோட்டங்கள்

குறுக்கீடின்றிப் பாய்ந்து சென்று

கால்வாய்களை இயல்பாய் அடைகிறதோ

　　எங்கே குறிக்கோளை அடையப் போராடும் முயற்சியில்

சோர்வடையாமல் எங்கெங்குமாய்த் தன்

வலுவான கரங்களை விரிவடையச் செய்கிறதோ

எங்கே முக்கியத்துவமற்ற சமயச்சடங்கு முறைகள் என்னும்

மணல் குன்றுகள் நேர்மை தவறாத நடத்தையின்

வழிகளை நிரந்தரமாகத் தடுத்து நிறுத்தாமல் இருக்கிறதோ

ஒருவருடைய துணிவை உடைத்துத்

தவிடுபொடி ஆக்காமல் இருக்கிறதோ,

எங்கே நீ சிந்தனைகளையும் செயல்களையும்
எப்பொழுதும் வழிநடத்தி,
மகிழ்ச்சியும் முழுமையும் கிடைக்கச் செய்கிறதோ,
அங்கே இறைவனே, உன் கரங்களால் கடுமையாக
அடித்தெழுப்புவதன் மூலம் இந்தியா
அந்த சுவர்க்க பூமியில் விழித்தெழட்டும்.

36

இது உன்னிடம் எனக்குள்ள

இறுதி வேண்டுகோள் இறைவா;

எனது இதயத்தின் ஒவ்வொரு மூலையிலும் உள்ள

பலவீனமான எண்ணங்களைத் தேடி அகற்றிவிடு

நன்மைகளையும் தீமைகளையும்

எளிதாகத் தாங்கிக் கொள்ளும் சக்திகொடு

ஏழ்மையை நான் மரியாதைக் குறைவாக நடத்தாமலும்

கர்வத்தின் முன் நான் அடிபணியாமலும்

இருக்க எனக்குச் சக்தி கொடு.

அன்றாட வாழ்வின் அற்பமான பொருட்களிலிருந்து

என்மனம் உயர்ந்து நிற்கச் சக்தி கொடு

உன் முன் தலைவணங்கி இரவும் பகலும்

உன்னைச் சரணடைய எனக்கு சக்திகொடு.

37

நான் நினைக்கிறேன், அனைத்தும்

நன்றாக நடந்து முடிந்துள்ளன,

என் பயணத்தின் முடிவிற்கு நான் வந்திருக்கிறேன் என்று.

சென்றடையும் இடத்தை அடைந்து விட்டேன்,

இனி எனக்கு செய்வதற்கு எதுவும் இல்லை.

என்னுடன் கொண்டு வந்தவை அனைத்தும் தீர்ந்து போயின

எனது கந்தல் வாழ்க்கை, கசங்கிப் போன ஆடைகளில்

எழுச்சியற்றதாய் ஆனது

அமைதியாக, நான் பார்வையிலிருந்து

மறைந்துபோகும் நேரம் இது

ஆனால் இன்று நான் முடிவில்லாத

உன் அருளைக் காண்கிறேன்

மறைமுகமான வழிகளில் வாழ்க்கை

புதுப்பிக்கப்படுவதாக உணர்கிறேன்

பழைய சொற்களெல்லாம் என்

நாவிலிருந்து மறைந்த போது

புதிய பாடல்கள் என் இதயத்தில்

நுட்பமான ஓசையுடன் உருவாகின்றன

எங்கே என் பாதை அதன் முடிவைத் தொட்டதோ,

அங்கிருந்து நீ என்னை இந்த புதிய பூமிக்கு வழிநடத்தினாய்.

38

எனக்கு நீ வேண்டும் - நீ மட்டும் தான் வேண்டும்
    நீ மட்டும் போதும்
இந்த நினைவு மட்டும் என்னுள்
    எப்பொழுதும் ஓடிக்கொண்டிருக்கிறது
இரவு பகலாய் என்னுள் இங்குமங்கும்
    கடந்து கொண்டிருக்கும் மற்ற ஆசைகளெல்லாம்
பொய்யானவை, முற்றிலும் வெறுமையானவை
    நீ மட்டும் போதும்.
ஒளியைத் தனக்குள்ளே மறைத்து வைத்துக் கொண்டு
    அதற்காகப் பிரார்த்தனை செய்யும் இரவைப் போல
என் மனதின் ஆழத்திலிருந்து ஒலிப்பது
    "நீ மட்டுமே போதும்".
புயல் அமைதியாகி ஓய்வதை விரும்பினாலும்,
    அமைதிக்கு எதிராகத் தீவிரமாகத்
தாக்கிவீசுவதைப் போல்
    நான் உனக்கு எதிராக மோதினாலும்
எனக்குத் தெரியும் - எனக்கு நீ மட்டும் போதும் என்று

39

வாழ்க்கை என்னுள் வறண்டு போகும்போது

கருணைப்புனலாக நீ வரவேண்டும்

சீர்மை என்னுள் நின்று போகும் போது

தெய்வீக இசையுடன் நீ வரவேண்டும்

எனது வேலை வலிந்து அழுத்தி

கிளச்சியுடன் முழங்கி செவியடைக்கச் செய்யும் போது

அமைதியானவனே! ஓசையின்றி

என் இதயத்துள் வந்துவிடு.

என் அனைத்தையும் நான் இழந்து

என் வறிய மனம் உன்னிடமிருந்து விலகி

ஒரு மூலையில் முடங்கிக் கிடக்கும் போது

தயாளகுணம் கொண்டவனே,

இறைமாட்சியுடன் என்னிடம் வா.

எனது பேராசை என்னை அடக்கி ஆளும் போது

என் கண்களை மறைத்துக் குருடாக்கும்போது

புனிதமானவனே என்றும் விழித்திருந்து காவல் காப்பவனே

சுடர் ஒளியுடன் என்னிடம் வா.

40

ஒப்பற்ற இறைவனே, என்றுமே என் இதயம்
வறண்டு போயிருக்கிறது. பேரச்ச மூட்டுகிற
வெறுமையான தொடுவானத்தை
நெடுங்காலமாகப் பார்த்துக் கொண்டிருக்கிறேன்
மழையைச் சுமந்து வரும் மேகங்களைக் காணவில்லை
ஆறுதல் தரக்கூடிய, மழை வருவதற்கான
எந்த அறிகுறியும் தென்படவில்லை
இறைவனே, இது உன் விருப்பமென்றால்
மூர்க்கத்தனமான பிரளயத்துடன் பேரிடிகளை உருவாக்கு.

கணைகள் போன்று வளைந்து வளைந்து
செல்லக்கூடிய மின்னல் ஒளிகொண்டு
வானத்தில் எல்லை முழுவதும் தாக்கி என்னை
திடுக்கிடச் செய் அமைதியாகச் சுட்டெரிக்கிற
வெப்பம் கொண்டு என்னை எரித்துப் பொசுக்கிவிடு.
அதன் தீவிரம் என்னுள் ஊடுருவிப்பரவி
என்னுள் கடுந்துயரை நிரப்பட்டும்.
கருணையுடன் என்னைப்பார் இறைவனே!
தந்தை கடுங்கோபம் கொண்டு குழந்தையைக்
கண்டிக்கும் போது, அதைக் கண்ணீருடன்
பார்த்து நிற்கும் தாயைப் போல,
எனக்காக நீ இரக்கம் காட்ட வேண்டும் இறைவனே!

41

எல்லோரிடமிருந்தும் மறைந்து நிழலில்
எந்த மூலையில் நீ இருக்கிறாய்? அன்பே,
எதற்காக நீ காத்துக் கொண்டிருக்கிறாய்?
ஏன் அனைவருக்கும் பின்னால் மறைந்து நிற்கிறாய்?
இந்தப்புழுதி நிறைந்த பாதையிலே கால்களை
எட்டிப்போட்டு நடப்பவர்கள் உன்னை
ஒன்றுமில்லாதவனாக எண்ணி
ஒதுக்கித் தள்ளிவிட்டுச் செல்கிறார்கள்
உனக்காக நான் மலர்களைக் கொய்து,
மரத்தடியில் அமர்ந்து மலர்த்தட்டைத் தயாராக
வைத்திருக்கிறேன். ஆனால் மக்கள்
ஒவ்வொரு மலராக எடுத்துச் சென்றுவிட்டனர்,
எனது தட்டம் காலியாகிப் போகும் வரை.
அன்பே, காலைப்பொழுது மதியத்தைக் கொண்டு வந்தது.
உறக்கம் என் கண்களைச் சுழற்றிக் கொண்டு
வரும் நேரம், மருண்மாலைப் பொழுதும் வந்தது.
வீட்டிற்குத் திரும்பிச் செல்லும் ஒவ்வொருவரும்
புன்முறுவலுடன் என்னைப் பார்த்துச் செல்ல
என் மோசமான நிலைகண்டு நான் வெட்கப்பட்டேன்
எனது புடவை முந்தானையால் முகத்தை மறைத்துக் கொண்டு,
சாலையோரம் அமர்ந்து யாசிக்கும் ஒரு பெண்ணைப் போல்
துயரத்துடன் அமைதியாக அமர்ந்திருந்தேன்
"உனக்கு என்ன வேண்டும்" என்று அவர்கள் கேட்ட
கேள்விக்கு உறுதியாக அமைதிகாத்து

அசையாது அமர்ந்திருந்தேன்
என் அச்சத்தை விட்டொழித்து, "நான் உனக்காகவே
        காத்திருக்கிறேன்" என்று சொல்ல எப்படிச்
சொற்களைத் தேடுவேன்?
ஒவ்வொரு வைகறைப் பொழுதிலும் உனக்காக
        மட்டுமே நான் சாலையோரம் காத்திருக்கிறேன்
நம்பிக்கையுடன் உன்னைத் தேடுகிறேன்
        திறமையான அரசனான உனக்குத்தர
எனது எளிமையைத்தான் வைத்திருக்கிறேன்.
        எனக்குச் சொந்தமான அனைத்தையும்
உனக்குத் தரத் தயாராக இருக்கிறேன்
        நீ ரகசியமாகச் சொன்ன வாக்குறுதியால்
        நான் பெருமைப்படுகிறேன்.
நீ அன்பான ஆதரவுடன் கவனித்துக் கொள்வதற்குக்
        கைமாறாக நான் என்னதர முடியும்?
புல்தரையின் மீது படுத்து, தொடுவானத்தை
        வியப்புடன் பார்த்துக் கொண்டிருக்கிறேன்
சுடர்விட்டு எரிகின்ற விளக்குகளுடன்
        உனது மாட்சிமைகளோடு நீ எப்பொழுது
        கண்முன் தோன்றுவாய்.?
உனது தேரில் நீ வரும் போது புல்லாங்குழல்
        இசை எழுப்ப, தங்கப்பதாகைகள் ஒளிவீசும்.
உனது வல்லமை இந்த உலகை நிறைத்து
அதை நடுங்கவைக்கும்
        எனது இதயம் மகிழ்ச்சியில் ஊசலாடும்.
நீ கீழிறங்கி வருவதை சாலையோரத்தில்

உள்ள மக்கள் வியப்புடன் பார்ப்பார்கள்

ஒரு புன்னகையுடன் உன் கரங்களினால் என்னை

இந்தப் புழுதியிலிருந்து தூக்கி உன் தேரில் ஏற்றுவாய்

நிறம் மங்கிப் போன ஆடைகளுடன் ஆபரணங்களின்றி

உன் அருகில் நிற்கும்போது, தென்றலில் அசையும்

கொடிபோல நான் வெட்கத்திலும் பெருமையிலும் நடுங்குவேன்

காலம் பறக்கிறது, உன் தேர்வரும் ஒலியைக் கேட்க

நான் பெருமுயற்சி செய்கிறேன் அன்பே,

ஆனால் சக்கரங்களின் ஒலி எங்குமே கேட்கவில்லை.

சாலைகளில் காலை எட்டிப் போட்டு

நடந்து போவோரும் வருவோரும்

செருக்குடன் சிதறி நடந்து

பேரிரைச்சலை ஏற்படுத்துகிறார்கள்

நீ இன்னும் நிழலில் அமைதியாக தனியாக

மறைந்து நிற்பதை விரும்புவாயா?

இந்த ஏழைப்பெண் கண்ணீருடன் நின்று கொண்டே

இருக்க வேண்டுமா?

நிறம் மங்கிப்போன ஆடைகளுடன் அவளை

அங்கேயே நிற்க வைப்பாயா?

42

நீயும் நானும் ஒரு படகில் ஏறி பயணம் செய்யலாம்
    என்று உடன்பாடு செய்து கொண்டோம்
நாம் எங்கே திருவிடப்பயணம் செல்கிறோம் என்று
    இந்த உலகில் ஒருவரும் அறியாவண்ணம்
குறிக்கோளின்றி மிதந்து சென்று கொண்டே இருக்கலாம்
    என்று முடிவுசெய்து நம் கற்பனை உலகத்திற்குப் புறப்பட்டோம்
நான் உனக்காகப் பாடலைப் பாட எண்ணினேன். உனக்காக மட்டும்
கரையில்லாக் கடலின் நடுவில் அலைகளைப் போல் பாடல்கள்
    கட்டுப்பாடின்றி என்னிடமிருந்து வரும்
எனது பாடல்களைக் கேட்டு அமைதியாக நீ புன்சிரிப்பதை
    என்னால் கற்பனை செய்ய முடியும்
செய்து முடிக்கப்படாத பணிகள் இன்னும் இருப்பதால்
    நான் புறப்பட்டு வர முடியாது.
அன்பே, கடற்கரையில் மாலைப்பொழுது தேய்ந்து கொண்டிருக்கிறது
    மங்கிக் கொண்டிருக்கும் ஒளியில் கடல்பறவைகள்
தங்கள் சிறகுகளை விரிக்கத் தயாராகின்றன
    பறவைகளனைத்தும் தங்கள் கூடுகளுக்கு மீண்டும்
திரும்பிக் கொண்டிருக்கின்றன
    குறிக்கோளின்றி எனது படகு மிதந்து செல்லும் வண்ணம்
கயறின்கட்டை அவிழ்த்துவிட எப்பொழுது நீ
    அலைதாங்கி இருக்கும் இடத்திற்கு வருவாய்
என்று வியந்து கொண்டிருக்கிறேன்.

43

உனக்காக என்னைநான் தயாராக வைத்துக்

கொள்ளாதிருந்த அன்றைய தினம்,

ஒரு சாதாரண மனிதனைப் போல்,

இந்தப் பேரண்டத்தின் தலைவனே!

நற்குறிஉள்ள தருணங்களில் புன்சிரிப்புடன்

எனக்குத் தெரியாமலே என் இதயத்தில் நுழைந்தாய் நீ!

என் வாழ்க்கையின் அந்தக் கணநேரங்களை

முடிவற்ற காலமாக நீ முத்திரை பதித்துச் சென்றாய்.!

இப்பொழுது அந்தத் தருணங்களையெல்லாம்

ஒன்று திரட்டிப் பார்க்கும் பொழுது,

அற்பமான நாட்களின் மகிழ்ச்சிகளையும் துயரங்களையும்

புழுதிகளைப் போல் கலக்கவிட்டு

என் நினைவுகளில் தூவிவிட்டிருக்கிறேன்

என்பதை உணர்கிறேன்! இருந்தபோதிலும் இறைவனே!

நீ என்றும் என்னைக் கைவிட்டதில்லை

சிறுபிள்ளைத் தனமாக நான் கட்டிய மணல் வீட்டையும்

என் கறைபடிந்த கற்பனை உலகிலும் கூட

நீ என்னைப் புறக்கணிக்கவில்லை

உனது காலடி ஒசைகளை மீண்டும் மீண்டும் கேட்கிறேன்

இப்பொழுது அவை தெய்வீகப் பாடல்களாக

எதிரொலித்துக் கொண்டிருக்கின்றன.

44

நாள் முழுவதும் சாலையை

வியப்புடன் கண்காணிப்பதை நான் விரும்புகிறேன்

கதிரொளியும் நிழலும் விளையாடியபடி

கொண்டுவரும் மழைக்காலத்தைத்

    தொடரும் வசந்தத்தைக் காண்கிறேன்

    யார் இந்த வழியில் தினமும்

    செய்திகளைக் கொண்டுவருகிறார்கள்.

நறுமணமுடைய மென்மையான தென்றல்

    மிதந்து வரும்போது என்மனம் நிறைவடைகிறது

நாள் முழுவதும் என் கதவருகே தனிமையில்

    அமர்ந்து பார்த்துக் கொண்டிருக்கிறேன்

எனக்குத் தெரியும் ஏதேனும் மகிழ்ச்சியான தருணம்

    வரும்போது என் காத்திருப்பு முடிவடையும்

அதுவரை மகிழ்ச்சியோடு மீண்டும் மீண்டும்

    நான் பாடிக்கொண்டிருப்பேன்

அதுவரை இனிமையான மணம்

    மீண்டும் மீண்டும் மிதந்து வரும்

நாள் முழுவதும் சாலையை வியப்புடன்

    கண்காணிப்பதை நான் மிகவும் விரும்புகிறேன்

45

அவனுடைய காலடி ஓசையை நீ கேட்டதில்லையா?
என்றுமே கேட்டதில்லையா!
அவன் அங்கிருக்கிறான், அவன் வந்து கொண்டிருக்கிறான்
எல்லாக் காலங்களிலும், எல்லாத் தருணங்களிலும்,
இரவிலும், பகலிலும் அவன் வருகிறான்
மீண்டும் மீண்டும் வருகிறான்,
அவனுக்காக நான் பாடல்களை நேரங்காலமின்றி
ஓயாமல் பாடியிருக்கிறேன்
அவன் வருகின்ற ஓசைதான்
என் இசைகளிலெல்லாம் எதிரொலிக்கிறது
அவன் வருகிறான், மீண்டும் மீண்டும் மீண்டும் அவன் வருகிறான்
வசந்த காலத்திலும், மரங்களால் சூழப்பட்ட பாதையிலும்
காலங்காலமாக அவன் வருகிறான்
மீண்டும் மீண்டும் மீண்டும் அவன் வருகிறான்.
கறுத்து அடர்ந்த ஆவணி மாதத்து நாட்களிலும்
அவனுடைய மேகமாகிய ரதத்தில்
வருகிறான் வருகிறான் அவன் வருகிறான்
துயரத்திலும், பெருகிவரும் துயரத்திலும் அவனது
காலடிஓசை என் இதயத்தில் கேட்கிறது
அந்தப் பாதங்களின் அன்பான தீண்டுதல்கள்
என்னுள் மகிழ்ச்சியைத் தூண்டுகிறது.
இவ்வாறு அவன் மீண்டும் மீண்டும் மீண்டும் வருகிறான்.

46

நம் சந்திப்பிற்காக நீண்டகாலமாக

    நீ இந்த திசைநோக்கி வந்துகொண்டிருக்கிறாய்

உனது கதிரும் நிலவும் என்னிடமிருந்து உன்னை

    எங்கே மறைந்து வைக்க முடியும்?

காலையும் மாலையும் முடிவில்லாமல் உன்

    காலடிகள் ஓசையெழுப்பிக் கொண்டிருக்கின்றன.

தூதுவர்கள் என் இதயத்தில் நுழைந்து

    என்னை அழைத்துக் கொண்டிருக்கிறார்கள்.

ஓ வழிப்போக்கனே, இன்று என் இதயத்தில்

    ஒரு விதமான புத்துணர்ச்சி பரவுவதை உணர்கிறேன்

நீ வருவதற்கான அறிகுறிகளால் இன்று பலமுறை

    என்னுள் பேரானந்தம் எழுந்து பரவசப்படுத்துகிறது

என் பணிகளை முடித்துக் கொள்ள இன்று

    நேரம் வந்துவிட்டது என்று நினைக்கிறேன்

உன் மென்மையான நறுமணத்துடன் காற்று

    உள்ளே மிதந்து வருகிறது என் இறைவனே!

47

அவன் வருகைக்காக வெளியே பார்த்த வண்ணம்
    என் இரவைக் கழித்தேன்
இப்பொழுது அச்சத்துடன் காத்திருக்கிறேன்
    உறக்கம் என்னை ஆட்கொள்ளும் போது
காலைப்பொழுதில் அவன் வந்துவிட்டால்?
    எதிர்பாராத நேரத்தில் திடீரென்று அவன்
என் கதவருகே காட்சிதந்து விட்டாலோ?
    அடர்ந்த மரங்களால் சூழப்பட்ட எனது வீட்டை
அவன் நன்றாகவே அறிவான்
என்னுடன் துணையாக இருக்கும் என் நண்பர்களே
    அவன் வருகையை நீங்கள் தடுக்க வேண்டாம்.
அவனது காலடி ஓசை என்னை உறக்கத்திலிருந்து எழுப்பாவிட்டால்
    நான் என்னை மறந்து உறக்கத்தில் ஆழ்ந்திருக்கிறேன்
என்று தெரிந்து கொள்ளுங்கள்
    நிச்சயமாக என்னை எழுப்ப முயற்சிக்காதீர்கள்
பறவைகளின் ஒலிகேட்டு நான் எழவில்லை என்றால்
    அல்லது புதியநாளின் சிறப்பான ஒளியில் எழவில்லை என்றால்
வேறு எந்த வழியிலும் நான் விழித்துக் கொள்ள விரும்பவில்லை
மகிழம்பூவின் நறுமணம் வீசினால் கூட
    நான் உங்களைக் கேட்க விரும்புவது இதுதான்,
அவன் என்னருகில் வந்து நின்றால் கூட என்னை
உறங்க விடுங்கள்
    இந்த உறக்கம் எனக்கு நல்லது என்று
தெரிந்து கொள்ளுங்கள் நான் என்னை மறந்து

இன்ப நினைவுகளில் ஆழ்ந்திருப்பேன்,

அவனுடைய தீண்டுதல் என்னை முழுவதுமாய்

உணரவைக்கும் என்ற நம்பிக்கையில்!

உறக்கத்தின் அறிகுறிகள் மறைந்து போகும் போது

அவனது விழிகளை நான் காண்பேன்.

அவன் என்னை அன்போடு பார்க்கும் பொழுது

எனது முகம் அவன் புன்னகையை பிரதிபலிக்கும்

எனது இன்ப நினைவுகளில் பங்கு பெறுபவனாக,

அவன் என் முன்னே நிற்பான்

ஒளிகளுக்கெல்லாம் முதல் ஒளியாக

என் கண்முன் காட்சி தருவான்

மற்ற காட்சிகளுக்கெல்லாம் முதல் காட்சியாக

அவனது துலக்கமே எனது விடியலாக இருக்கும்

எனது பெருமகிழ்ச்சியின் முதல் சிலிர்ப்பு

எதிர்பாராத வகையில் அவனைச் சந்திப்பதன் மூலம் கிடைக்கும்

அந்த ஒளியில் நான் நிரப்பப்படும் போது

அந்தச் சிலிர்ப்பை நான் உணர்வேன்

அதனால் யாரும் என் அமைதியைக் குலைக்க வேண்டாம்

அவன் மட்டுமே என்னை எழுப்ப வேண்டும்.

48

வானத்தின் கீழே பறவைகளின் பாடல்கள்
சிற்றலைகளை உருவாக்கிக் கொண்டிருந்தன.
வழியின் இருமருங்கிலும் மலர்கள் பூத்துக் குலுங்கின
வானத்தில் மேகங்கள் தீச்சுடராய் எரிகின்றன.
ஆனால் யாருக்கும் இதைக்காண நேரமில்லை
எங்கள் வேலையில் மூழ்கியவாறே
மூச்சடைக்க ஓடிக் கொண்டிருந்தோம்
சிந்தனையில் மூழ்கியிருந்தால் எங்களுக்குப் பாடநேரமில்லை
விளையாடவும் நிச்சயமாக நேரமில்லை
வலப்புறம் இடப்புறம் திரும்பிப் பார்க்கவுமில்லை
சந்தைக்கு வணிகம் செய்யப் போகவில்லை
சிரிக்கவோ பேசவோ நாங்கள் முன்வரவில்லை
இடையில் எங்கும் ஒருகணம் கூட ஓய்வெடுக்கவில்லை
நாங்கள் செய்ததெல்லாம், பகல் இரவை நோக்கி
நகரும்போது நடைவேகத்தைக் கூட்டியது மட்டுமே
கடைசியில், சூரியன் உச்சிவானத்தை அடைந்த போது
அடர்ந்த மரங்களிடையே புறாக்கள் மூளுகின்றபோது
சூடான காற்று சுழற்றி அடித்த போது அதில்
காய்ந்த இலைகள் பறந்து போயின
ஆட்டிடையன் ஓர் ஆலமரத்தின் கீழே
உறங்கிக் கொண்டிருந்தபோது
நான் நீர் நிலையின் அருகிலிருந்த என்றும் பசுமையான
இருந்த புல்தரையின் மீது ஓய்வெடுத்துக் கொள்வதற்காக
சாய்ந்தேன்

என்னுடன் வந்தவர்கள் எல்லாம் என்னைப் பார்த்து
	ஏளனத்துடன் சிரித்தார்கள்.
முன்னேறிப்போவதிலேயே குறியாக இருந்த அவர்கள்
	வழியெங்கும் வரிசையாக இருந்த மரங்களின்
இருளில் சென்று இரண்டறக் கலந்தார்கள்.
	இந்நேரம் அவர்கள் பல வயல்களைக் கடந்து
தூரத்தே உள்ள நாடுகளை அடைந்திருப்பார்கள்
	என்பதில் ஐயமில்லை
நீண்ட நெடுந்தொலைவு பயணம் செய்வதால்
	நிச்சயமாக அவர்கள் புகழுக்கும் பெருமைக்கும்
தகுதியானவர்களே, அந்த வியப்பூட்டும் அருஞ்செயல்
	அவர்களிடம் எனக்கு மரியாதையை ஏற்படுத்தியது
இன்னும் நுட்பமாகக் கூறவேண்டும் என்றால்
	நானும் அவர்களிடம் இணைந்திருக்க வேண்டும்
ஆனால் என் இதயம் அவ்வாறு செல்ல அனுமதிக்க வில்லை.
பறவையின் பாடலிலும், புல்லாங்குழலின் இசைகளிலும்,
	வேகமாக அசைந்து, தொடர்ச்சியாக விழுகின்ற
இலைகள் எழுப்பும் ஓசையிலும், முடிவில்லாத
	மகிழ்ச்சியில் நான் மெய்மறந்த நிலையில் இருந்தேன்
பரவசப்பட்ட நிலையில் தரையின் மீது விழுந்து
	நிலமகளின் மார்பைத் தழுவிக் கொண்டேன்,
மூங்கில் மரங்கள் அடர்ந்த சோலையின் நிழல்கள்
	என்முகத்தின் மீதும் கண்களின் மீதும் நடனமாடின
கடைசியில் மாமரத்து மலர்களின் மணம்
	கொஞ்சம்கொஞ்சமாக என்னை மூழ்கடிக்க,
தேனீக்களின் முணுமுணுப்பு ஓசையில்
	உறக்கம் என்னை முற்றிலுமாய் ஆட்கொண்டது

ஒளிக்கதிர்களில் மூழ்கிய பசும்புல் படுக்கையில் கிடந்தவாறே
		அமைதியான காட்சி எனக்கு ஆறுதல் அளிப்பதை
		அனுபவித்தேன். நான் சென்று கொண்டிருந்த
		பாதையிலிருந்து என்னை வெளிக்கொணர்ந்து,
		இந்த மெய்மறந்த இன்பத்தில் திளைக்க வைத்தது
		எதுவாக இருக்க முடியும் என்பதை நான் மறந்தேன்.
பாடல்களிலும், சோலையின் நிழலிலும்,
		நறுமணத்திலும் திளைத்திருந்தேன்
உறக்கம் கொஞ்சம் கொஞ்சமாய் என்
		புலன்களைத்தன் வசப்படுத்தி
பின்னர் முற்றிலுமாய் என்னை ஆட்கொண்டது.
		கடைசியாக நான் ஆழ்ந்த உறக்கத்திலிருந்து விழித்தபோது
என் விழிகளை அகலத்திறந்து பார்த்தபோது,
		என் முன்னே நீ இருக்கக் கண்டேன்
ஒரு புன்னகையில் எனக்கு நம்பிக்கையூட்ட
		யாரும் அறியாவண்ணம் அமைதியாக என் முன் வந்து நின்றாய்
என் முன்னால் நீண்டு செல்லும் சாலையைக் குறித்து
நான் தொடர்ந்து கவலைப்பட்டுக் கொண்டிருந்தேன்
		முதலில் நாங்கள் பயணத்தைத் தொடங்கிய பொழுது
		முடிந்த அளவு எச்சரிக்கையுடன் இருக்க வேண்டும்
		என்று தீர்மானித்துக் கொண்டோம்
		இருள்பரவுவதற்குள் இந்த ஆற்றைக் கடந்து
		போகாவிட்டால் எல்லாமே பயனற்றுப் போகும்
		என்று கருதினோம்
ஆனால் நான் பயணம் செய்வதை நிறுத்தியவுடன்
நீயாகவே என்னிடம் வந்து விட்டாய்.

49

உன் வானுலக சிம்மாசனத்திலிருந்து இறங்கி வந்து
    தனிமையின் சோகத்திலிருக்கும் என் வீட்டின்
    கதவிற்கு வெளியே நின்றாய்
நான் எனக்காக ஒரு பாடலைப் பாடிக் கொண்டிருந்தேன்
    ஆனால் அந்த இசையைக் கேட்டபோது
    நீ கீழிறங்கி வந்தாய் இறைவனே,
வந்து தனிமையின் சோகத்திலிருக்கும் என் வீட்டின்
    கதவிற்கு வெளியே நின்றாய்
திறமையான பாடகர்கள் நிறைந்திருக்கும் உன் அவையிலே
    எந்நேரமும் பாடல்கள் ஒலிக்கின்றன
ஆனால் என் எளிய இசை வானத்தின் எல்லைவரை
    கேட்க, அது முற்றிலும் உன் அன்பிற்கு ஆளாகிறது
ஒரு சோகமான சிறிய பாடல் உலகின்
    கீர்த்திமிக்க இசையுடன் சேர்ந்து ஒலித்தது.
ஆனால் நீ ஒரு மாலையுடன் கீழிறங்கிவந்து
    தனிமையின் சோகத்திலிருக்கும் என்வீட்டின்
கதவிற்கு வெளியே நின்றாய்!

50

நீ உன் பொன்னான தேரில் வெளியே

பயணம் செய்து கொண்டிருந்தபோது

நான் ஒவ்வொரு வீடாகச் சென்று யாசித்துவிட்டு

கிராமத்து வீதிகளில் நடந்து வீட்டிற்குத்

திரும்பிக் கொண்டிருந்தேன்

அதிசயப்படவைத்த அழகிய ஒரு காட்சியில்

என் கண்கள் நிலைத்து நின்றன

நீ கம்பீரமான உடைஅணிந்து

அரசனைப்போல் காணப்பட்டாய்!

வியப்படைந்தேன், இந்த அரசன்

யாராக இருக்கும் என்று சிந்தித்தேன்

என்னுள் இந்த எண்ணம் உதயமானது

புலர்வதற்குமுன் என் நல்ல நேரம் தொடங்கிவிட்டதா?

வீடுவீடாகச் சென்று யாசகம் கேட்பதை

நிறுத்தவேண்டிய நாள் இதுதானா?

வீட்டை விட்டு வெளியே வந்தவுடன்

யாரைநான் வழியில் பார்த்தேன்,

தேரில் பயணம் செய்தவாறே

தெருவின் இருமருங்கிலும் பரிசுப்பொருட்களை

சிதறச் செய்வாயா?

ஆவலுடன் நான் அதை ஒவ்வொன்றாக

எடுத்து என் கிண்ணத்தில் நிறைக்க வேண்டுமா?

என்னருகில் வந்தவுடன் திடீரென்று தேர் நின்றது

கனிவான புன்சிரிப்புடன் நீ தேரிலிருந்து இறங்கினாய்

அக்கணம் என் துன்பத்தையெல்லாம் மறந்தேன்
    திடீரென்று என்ன காரணத்திற்காக என்று தெரியாமல்
நீ என் முன் நின்று உனது கையை நீட்டினாய்,
    "எனக்கு ஏதாவது இருக்கிறதா?" என்று கேட்டவாறு
அடடா, இது என்ன ஆசை, ஈடு இணையயற்ற இறைவனே,
    "எனக்கு ஏதாவது இருக்கிறதா?" என்று கேட்கிறாய்
    நீ என்ன கூறினாய் என்று சற்றுநேரம் சிந்தித்தேன்,
    பிறகு என் தலையைத் தாழ்த்தி அதிசயத்தேன்
    உன்னிடம் என்ன இல்லை? என்னைப் போன்ற
ஒரு யாசகனிடம் யாசகம் கேட்கிறாய்?
என் உள்ளத்தில் கிளர்ச்சியை ஏற்படுத்துவதற்காகவே
    இவ்வாறு செய்கிறாய்
உனக்கும் வறுமை வந்துவிட்டதாகத் தவறாகக் கூறி
    கேலி செய்கிறாய்
எனது பாத்திரத்திலிருந்து ஒரு சோள மணியை
    எடுத்து உனக்குக் கொடுத்தேன்
அன்று நான் வீட்டிற்கு வந்தபோது
    என் பிச்சைப்பாத்திரத்தைக் கவிழ்த்துக் கொட்டினேன்
ஒரு பொன்னாலான சோளமணி
    எனக்கு முகமன் கூறியது.
யாசித்த அரசனுக்கு நான் என்ன கொடுத்தேனோ
    அது எனக்குப் பொன்னாகத் திரும்பி வந்தது.
இது என்னை ஆற்றவியலா வண்ணம் அழ வைத்தது,
    என் கண்கள் முழுவதும் சிவந்து போகும் வரை.
அப்பொழுது நான் நினைக்கத் தொடங்கினேன்
    ஏன் என்னிடமிருந்த அனைத்தையும் உனக்குத்தரவில்லை?

51

இருள் எங்கும் பரவியிருந்தது

வேலைகளெல்லாம் முடிந்து விட்டன

கிராமத்தில் உள்ள அனைவரும் நினைத்தோம்,

"இனிமேல் யாரும் வரமாட்டார்கள்"

இரவு நேரமாகிவிட்டால் நம் வீட்டின் கதவுகள் எல்லாம் மூடப்பட்டன

இருந்தாலும் ஒரிருவர் முணுமுணுத்தனர்

"நம் அரசன் ஒரு வேளை வரக்கூடும்"

ஆனால் நம்மில் ஒருசிலர் சிரித்துக் கொண்டே

சொன்னார்கள், "இப்பொழுது யாரும் வரமாட்டார்கள்"

அப்பொழுது கதவருகே ஓர் ஓசை கேட்டது

அதை நாம் அனைவரும் கேட்டோம்

ஆனால் நாம் மீண்டும் நம்பிக்கையுடன் சொன்னோம்,

"காற்று கதவில் மோதும் ஓசைதான்" அது

விளக்கையெல்லாம் அணைத்துவிட்டு

சலிப்போடு நம் அறைகளில் படுத்துக் கொண்டோம்

இருந்தாலும் நம்மில் ஒரிருவர் சொன்னார்கள்

"அது நிச்சயம் ஒரு தூதுவனாக இருக்கும்"

நம்மில் பலரும் சிரித்துக் கொண்டே கூறினோம்,

"அது காற்றாகத்தான் இருக்கும், கதவில் மோதுகிறது"

அது நள்ளிரவு நேரம் என்று நினைக்கிறோம்

தொடர்ந்து ஒலிக்கின்ற இடிமுழக்கம்

போன்ற ஓசையைக்கேட்டோம்

உறக்கம் கலைந்து நாம் சொன்னோம்

அதுவானத்தில் இடி இடிக்கின்ற ஓசையாக

இருக்கவேண்டும் என்று

ஒவ்வொரு முறையும் நிலம் அதிர்ந்தபோது

நாம் குலுங்கினோம்

நம்மில் ஒரிருவர் முணுமுணுத்தோம்

"சக்கரங்கள் சடசடவென்று தொடர்ந்து

எழுப்புகின்ற ஒலியாக இருக்கும்

ஆனால் தூக்கக் கலக்கத்தில் நம்மில் பலரும்

சொன்னோம், அது வானத்தின் இடிமுழக்கமாக இருக்கும்" என்று

முரசொலி பலமாகக் கேட்டபோது

இருள் மேலும் அடர்ந்திருந்தது

யாரோ கூவினார்கள், "எழுந்திருங்கள்

இனியும் தாமதிக்கக் கூடாது!"

மார்பின் மீது குறுக்கே கைகளை வைத்துக் கொண்டு

அச்சத்தில் நடுங்கியவாறே நாம் எழுந்து

உட்கார்ந்தோம். ஒரிருவர் முணுமுணுத்தனர்

"அதோ அரசனுடைய கொடி தெரிகிறது"

ஆனால் அனைவரும் எழுந்து நின்று சொன்னோம்,

"இனியும் தாமதம் கூடாது!"

விளக்குகள் எங்கே? மாலை எங்கே?

அரசனை வரவேற்க ஆயத்தமாக இருக்கிறோமா?

அரசன் நம் இடத்திற்கு வந்துவிட்டார்

அரசனை அமரவைக்க சிம்மாசனம் எங்கே?

அவமானம், அவமானம், இவ்வளவு கேவலமாக

அவரை வரவேற்பதுதான் நம் திறமைக்கு அழகா?

ஒரிருவர் முணுமுணுத்தனர், "நம் மனம்

சோர்ந்து போவதில் பலனில்லை

நம் வெறுமையான அறைகளிலேயே
வரவேற்கலாம்"
அனைவரும் கூடினோம் - கதவுகளைத் திறந்தோம்
வலம்புரிச் சங்குகள் முழங்கட்டும்!
இந்த நள்ளிரவில் இரவின் அரசன் உலா வந்திருக்கிறார்
வானத்தில் இடியொலி முழங்கிக் கொண்டிருக்கிறது
மின்னல் வானத்தில் கீறல்களை உண்டாக்கிக்
கொண்டிருக்கிறது. கந்தல் பாய்களை விரித்து வைப்போம்
அரசன் இறங்குகின்ற இடத்தில் கம்பளம் போல் விரித்து வைப்போம்
காற்றோடும் புயலோடும் இரவின் அரசன்
இந்த நள்ளிரவு நேரத்தில் வந்திருக்கிறார்

52

அன்று மாலை நீ அணிந்திருந்த பூ மாலையை
எனக்குத்தருமாறு கேட்கவேண்டும் என்று நினைத்தேன்
ஆனால் கேட்கத் துணிவில்லை
பொழுது புலர்ந்தபொழுது, நீ கரைக்குச் சென்றுவிட்ட
சமயத்தில், மாலையிலிருந்து வீழ்ந்த,
நீ படுக்கையில் ஒதுக்கித் தள்ளிய ஒருசில இதழ்களேனும்
கிடைக்குமா என்றும், நீ நடந்து சென்ற பாதையில்
உதிர்ந்து கிடக்குமோ என்றும் காண
பொழுது புலரும் வரை காத்திருந்தேன்
வைகறையில் ஒரு யாசகனைப் போல் தேடிப்பார்த்தேன்
ஆனால் கடைசியில் எதுவுமே கிடைக்கவில்லை
அன்று மாலை நான் படுத்திருந்த பொழுது பார்த்தது
வெறும் மாலையயல்ல,
அது இடியைப் போன்று கனமான
ஒளிவீசுகின்ற ஒரு வாள்
அது உன்னுடைய வாளேதான்
அதிகாலைப் பொழுதின் இளங்கதிர்கள்
உன் படுக்கையின் மீது படர்ந்தன.
காலையில் பறவை கீச்சொலியில் கேட்டது
" பெண்ணே உனக்கு என்ன கிடைத்தது?"
அது ஒரு மாலையயல்ல, நறுமண திரவம் அடங்கிய
ஒரு குவளையும் அல்ல,
அது ஒர் அழகான வாள்
வியப்புடன் அமர்ந்து சிந்தித்தேன்

இதுதான் நீ எனக்குத் தரும் பரிசா?
அதைநான் எங்கே மறைத்து வைப்பேன்?
எந்த இடத்தில் அது இருக்க வேண்டும்?
எதற்காக இந்த சிறந்த பரிசு எனக்கு?
அதை அணிந்து கொண்டு என்னைக்
காயப்படுத்திக் கொள்ள விரும்பவில்லை
இந்த மாலை எனக்குப் பொருத்தமானதா?
மார்பில் நான் அணிந்து கொள்ளும் போது
வலி ஏற்பட்டதை உணர்ந்தேன்.
ஆனாலும் அந்தப் பரிசை நான் அணிந்து
கொள்வதெனத் தீர்மானித்தேன்
எனது மார்பின் மீது அணிந்து கொள்வேன்
அந்த வலியை தாங்கிக் கொள்ள
நான் தகுதியானவள் என்று நீ நினைத்தாய்
இன்று முதல் நான் எங்கே சென்றாலும்
என் அச்சமனைத்தையும் விலக்கி வைப்பேன்
இன்று முதல் என் செயல்கள் அனைத்திலும்
உனது வெற்றியே வெளிப்படும்
என் அச்சமனைத்தையும் விலக்கி வைப்பேன்
நீ பிரிந்து சென்ற பொழுது மரணத்தை
எனக்குத் துணையாக விட்டுச் சென்றுள்ளாய்
இப்பொழுது அதை என் வீட்டிற்கு அன்புடன்
வரவேற்பேன். அதை என் இதயத்தின்
பகுதியாய் ஏற்றுக் கொள்வேன்.
உனதுவாள் என் எல்லாப் பிணைப்புகளையும் வேரறுக்கும்
என் அச்சமனைத்தையும் விலக்கி வைப்பேன்

உன்னை மகிழ்ச்சிப்படுத்த நான் இனியும்
    என்னை அலங்கரித்துக் கொள்ள மாட்டேன்.
என் இதயத்தில் நிறைந்திருக்கும் தலைவனே
    நீ திரும்பி வரவில்லை என்றாலுங் கூட
இனியும் என்னை அலங்கரித்துக் கொள்ள மாட்டேன்
    மனச்சோர்வுடன் அமர்ந்து உனக்காக
அழமாட்டேன் உன்னைக் காத்திருக்க விட மாட்டேன்
    வீட்டின் உள்ளேயோ அல்லது வெளியேயோ
இனிநான் தனிமையில் இருக்க மாட்டேன்
    வெட்கத்துடன் காத்திருக்க மாட்டேன்
இன்று முதல் உனது வாளை மட்டுமே அணிந்துகொண்டு
என்னை அலங்கரித்துக் கொள்வேன்

53

உன் மணிக்கட்டில் நீ அணிந்திருக்கும்
    வலயம் மிக அழகானது
விண்மீன்களைக்கொண்டும், கவர்ச்சியால்
    பரவசப்படுத்துகின்ற விலையுயர்ந்த
பலவண்ண ரத்தினக் கற்களைப் பதித்தும்
    உருவாக்கப்பட்டது
மின்னல்களைப் போல் வளைவுகளைக் கொண்டு
    உருவாக்கப்பட்ட உனதுவாள் அதைவிட அழகானது
அது விஷ்ணுவின் தெய்வீகப் பறவையின்
    சிறகுகளைப் போலுள்ளது.
வாழ்க்கையின் இறுதி வீச்சில்
    திடீரெனத் தோன்றிப் பளிச்சிடும் ஒளிபோல்
அது எல்லையில்லாப் பரவசத்தில்
    தீச்சுடரைப் போல் ஒளிர்கிறது
திடீரென்று கணநேரத்தில் என்புலன்களில்
    இசை எழுப்பி
தீவிரமான ஆழ்ந்த உணர்வுகளைத் தூண்டிச்
    செயலாற்றச் செய்கிறது
விண்மீன்களைக் கொண்டு உருவாக்கப்பட்ட
    உனது மணிக்கட்டு வலயம் மிக அழகாயுள்ளது.
இடியின் அரசனே! உனது வாள்
    அற்புதமான அழகுடன் வடிக்கப்பட்டுள்ளது.

54

உன்னிடம் நான் எதையும் கேட்கவில்லை
உன்னிடம் என் பெயரைச் சொல்லவில்லை
நீ விடைபெற்றுக்கொண்டபோது
நான் அமைதியாக நின்றேன்
ஒரு கிணற்றுக்கு அருகில் உள்ள வேப்பமர
நிழலில் நான் தனித்திருந்தேன்
மண்குடங்களைக் கையில் எடுத்துக் கொண்டு
அனைவரும் தங்கள் கிராமத்துக்குச் சென்றுவிட்டனர்
செல்லும் போது அவர்கள் என்னிடம் சொன்னார்கள்,
"நாம் வீடு திரும்ப இதுவே சரியானநேரம்"
ஆனால் நான் ஏன் இன்னும் காலந்தாழ்த்துகிறேன்
எது என்னைப் போக விடாமல் தடுத்தது
என்ற சிந்தனையில் ஆழ்ந்தேன்.
உனது காலடி ஓசையை நான் கேட்கவில்லை
நீ எப்பொழுது வந்தாய் என்று தெரியவில்லை
"நான் களைத்துப் போயிருக்கும் ஒரு
வழிப்போக்கன், தாகத்துடன் இருக்கிறேன்"
எனது மட்பாத்திரத்திலிருந்து நீரை
விரித்து வைத்திருந்த உன் கரங்களில் ஊற்றினேன்
தென்றலில் இலைகள் வேகமாக அசைந்து கொண்டிருந்தன
எங்கிருந்தோ குயில்கள் பாடின
கிராமத்திற்குச் செல்லும் சாலை வளைவிலே
கருவேல மலர்களின் மணம் காற்றில் நிறைந்திருந்தது
நான் யாரென்று நீ கேட்ட போது நான் மிகுந்த

நாணத்தில் அமைதி காத்தேன்
என்னை நீ நினைவில் வைத்துக் கொள்கிற அளவுக்கு
நான் என்ன செய்தேன்?
நீ தாகத்துடன் வந்தபோது உனக்குக் கொஞ்சம்
நீர்தந்து, உன் தாகத்தைப் போக்கினேன் என்ற
நினைப்பு மட்டுமே எனக்கு ஆறுதல் தருகிறது
நண்பகல் பொழுது நான் கிணற்றுக்கு அருகில்
அமர்ந்து பறவைகள் பாடுவதை
மறுபடியும் கேட்டுக் கொண்டிருக்கிறேன்
அந்த நாளைப் போல் வேப்ப இலைகள்
படபடத்துக் கொண்டிருக்க
நான் மீண்டும் ஒருமுறை உன்னை
நினைத்துப் பார்க்கிறேன்

55

இன்னும் நீ மெய்மறந்த நிலையில் இருக்கிறாய்
உன் கண்களை இன்னும் திறக்கவில்லை
முள் மரங்களின் இடையிலே மலர்கள் மலர்ந்திருப்பதை
நீ அறியவில்லையா?
சோம்பேறி, இதுகூட உனக்குத் தெரியாதா?
எழுந்திரு, உடனே எழுந்திரு
காலத்தை வீணே நழுவ விடாதே
கரடுமுரடான பாதையின் முடிவிலே
சோகத்தில் ஏகாந்தமாய் உள்ள இடத்திலே
என் தோழி தன்னந்தனியாக வாழ்கிறாள்
தயவு செய்து அவளை ஏமாற்றிவிடாதே
எழுந்திரு, உடனே எழுந்திரு
காலத்தை வீணே நழுவ விடாதே
உச்சிப்பொழுதின் சூரிய வெப்பத்தில்
வானம் மூச்சுத்திணறி நடுங்கினால்தான் என்ன?
சூடான உலர்ந்த மணல் அனைத்தையும்
சுற்றிமூடி மறைத்து விட்டால் தான் என்ன?
அனைவரையும் தாகத்தில் வாடச் செய்தால் என்ன?
உன்மனதைக் கேட்டுப்பார்
அங்கே நீ மகிழ்ச்சியைக் காணவில்லையா?
நீ எடுத்துவைக்கும் ஒவ்வொரு அடியிலும்
யாழின் சோக இசை உன்னைப்பின் தொடர்கிறது
இனிய இசையில் உன்னை அழைத்துக் கூறுகிறது,
"எழுந்திரு உடனே எழுந்திரு
காலத்தை வீணே நழுவ விடாதே"

56

உன்னுடைய மகிழ்ச்சி என்னுள்

    முழுவதுமாக நிறைந்திருப்பதால் தான்

நீ என்னிடம் இறங்கி வந்திருக்கிறாய்

    ஒ! விண்ணுலகத்திற்கெல்லாம் தலைவனே,

எனக்காக இல்லையென்றால் உன் அன்பு

    வேறுயாருக்காக இருந்திருக்கும்?

உன்னுடைய அவைக்கு என்னையும்

    துணையாக அழைத்துச் சென்றாய்

துய்மையான பரவசம் என் இதயத்தில் நிறைந்திருக்கிறது

உனது பேராவல் என் வாழ்க்கையில்

    பலவகையான உருவங்களைப் பெறுகிறது

அதனால்தான் அரசனுக்கு அரசனாக இருந்தாலும்

    பரவசப்படுத்தும் தோற்றத்துடன் என் இதயத்திற்குள்

திரும்பிவந்து எப்பொழுதும் விழித்திருக்கிறாய் இறைவனே

அதனால்தான் நீ இறங்கிவந்தாய் இறைவனே

    உனது பக்தனின் அன்பில் இரண்டறக் கலப்பதற்காக

இருவரின் முழுமையான சேர்க்கையில்தான் இறைவனே

    நீ துல்லியமாய்த் தோன்றுகிறாய்

57

ஒளி, எனது ஒளி, இந்த உலகை நிறைக்கின்ற ஒளி,

கண்களைக் குளிப்பாட்டுகின்ற, இதயத்தைக் கொள்ளை கொள்கின்ற ஒளி!

என் ஆன்மாவின் அருகில் இனியவனே, ஒளி நடனமாடுகிறது

இனியவனே என் இதயவீணை ஒலியுடன்

சேர்ந்து மணியோசை கேட்கிறது

உலகம் சிரிக்கின்ற வரை தென்றல் வீசுகிறது

உலகம் சிரிக்கிறது

ஒளி, எனது ஒளி, இந்த உலகை நிறைக்கின்ற ஒளி

ஒளிக்கடலில் ஆயிரம் பட்டாம்பூச்சிகள்

சிறகை விரித்து மிதக்கின்றன

பாய்ந்து முன் செல்கின்ற ஒளியில்

அல்லிப்பூக்களும், மல்லிகைப் பூக்களும்

அங்குமிங்கும் அசைந்து நடனமாடுகின்றன

கதிரொளியில் மேகங்கள் மின்னுகின்றன

இனியவனே, ரத்தினங்களைப் போல ஒளிர்கின்றன

இலைகள் சிரிக்கின்றன, என் இனியவனே,

முடிவில்லாத பெருமகிழ்ச்சியை வெளிப்படுத்துகின்றன

சொர்க்கத்தின் ஆறு தன் கரைகளை

உடைத்துக் கொண்டு சுதந்திரமாய் ஓடுகிறது

ஒளி, எனது ஒளி, இந்த உலகை நிறைக்கின்ற ஒளி

58

அனைத்து ராகங்களும் எனது கடைசிப்பாடலில்

ஒருங்கிணையட்டும் - எனது மகிழ்ச்சியெல்லாம்

அவனது இசையில் இரண்டறக் கலக்கட்டும்

  பூமியை சிரிக்க வைக்கும் மகிழ்ச்சி

  பசுமையான புல்வெளியின் மீது

  ஆர்வத்துடன் பரவுகின்ற மகிழ்ச்சி

  ஆவியால் ஆட்டுவிக்கப்பட்டு துள்ளிக்குதித்து

  உலவும் மனிதர்களைப் போல் வாழ்வும் சாவும்

  உலவி வருவதில் ஏற்படும் மகிழ்ச்சியே

இதுவே அவனது இசையில் காணப்படும் மகிழ்ச்சியாகும்
மகிழ்ச்சியாகும்

சூறாவளியின் புறத்தோற்றத்தைப் பெற்றிருக்கும் ஒருவித மகிழ்ச்சி

உறங்கிக்கிடக்கும் ஆன்மாவை அசுரச் சிரிப்பால் தட்டி எழுப்புகிறது

  ஈரமான கண்களில் ஒளிர்விடக் காத்திருக்கும் மகிழ்ச்சியிலும்

  துன்பத்தின் வலியிலும் சிவப்புத் தாமரை மலரின் மலர்ச்சியிலும்

தன்னிடமிருக்கும் அனைத்தையும் புழுதியில்

வீசி அடிப்பதிலும் இந்த மகிழ்ச்சியை

வெளிப்படுத்த சொற்கள் இல்லையே

என்ற குறை எப்போதும் இருந்ததில்லை.

இதுவே அவனது இசையில் காணப்படும் மகிழ்ச்சியாகும்

59

இதுதான் உன் அன்பு, என் அன்பே,
இது என் இதயத்தைக் கொள்ளை கொண்டது
தூய்மையான பொன்னின் நிறம்
இந்த இலைகளின் மீது ஒளிர்கின்றது
வானத்தில் நிதானமான அழகுடன்
மிதந்து செல்கின்ற மேகங்கள்
எனக்குப் புத்துயிர் கொடுத்துவிட்டு
மிதந்து செல்லும் தென்றல்
இதுதான் உன் அன்பு, என் அன்பே,
இது என் இதயத்தைக் கொள்ளை கொண்டது
வைகறைப் பொழுதின் ஒளி வெள்ளத்தில்
என் கண்கள் புத்துணர்ச்சி பெற்றன.
நீ அனுப்பிய காதல் செய்தி
என் இதயத்திற்குள் பாய்ந்தது.
உன்முகம் என்னை நோக்கித் திரும்புகிறது
என் முகம் உன் கண்களை உணர்ந்தது
இதே நன்னாளில் என் இதயம்
உன் பாதங்களைத் தொட்டது.

60

பூமியின் அறுதியில் கடற்கரையின் மீது
  குழந்தைகள் சந்தித்துக் கொள்கிறார்கள்
தலைக்குமேல் அசைவற்று நிற்கும்
  எல்லையில்லாத வானம்
நீலக்கடல் நீர் நுரைக்கிறது அல்லது
  நாள் முழுதும் நடனமாடுகிறது.
கடற்கரையின் மீது குழந்தைகளின்
  விளையாட்டு ஆரவாரம் ஒலிக்கிறது.
குழந்தைகள் மணல்வீடு கட்டுகிறார்கள்
  சிப்பிகளை வைத்து விளையாடுகிறார்கள்
பரந்து விரிந்த ஆழமான நீலக்கடலில்
  தங்கள் காகிதக்கப்பலை மிதக்கவிடுகிறார்கள்
பூமியின் அறுதியில் கடற்கரையில்
  குழந்தைகள் விளையாடும் பொழுது
தமது கரங்களால் இலைகளைக் கொண்டு
  மிக எளிமையாகப் படகுகள் செய்கிறார்கள்
பூமியின் எல்லையில் கடற்கரையில்
குழந்தைகள் விளையாடுகின்றனர்.
குழந்தைகளுக்கு எப்படி நீந்துவது என்று தெரியவில்லை
  எப்படி வலை வீசுவது என்றும் தெரியவில்லை
முத்துக்குளிப்போர் முத்தெடுக்க நீரில் மூழ்குகிறார்கள்.
  வணிகர்கள் சரக்குகளை ஏற்றிக் கொண்டு
  கப்பலில் பயணிக்கிறார்கள்
குழந்தைகள் கூழாங்கற்களைப் பொறுக்கி எடுக்கிறார்கள்

மீண்டும் அவற்றை வீசி எறியவே!
அவர்கள் மறைந்திருக்கும் புதையல்களைத் தேடவில்லை
அவர்கள் வலைவீசவில்லை
கடல் நுரைத்துச் சிரிக்கின்றது
கடற்கரையும் சிரிக்கிறது
உருண்டோடும் அலைகளின் ஓசை கூட
ஒருமணியோசைபோல் குழந்தைகளின்
கவனத்தை ஈர்க்கிறது
குழந்தைகளின் தொட்டில்களை
ஆட்டிக் கொண்டிருக்கும்போது
அன்னையர் பாடும் பாடலைப் போல,
கடல் குழந்தைகளுடன் விளையாடுகின்றது
கடற்கரையும் புன்னகைக்கிறது
பூமியின் அறுதியில் கடற்கரையின் மீது
குழந்தைகள் சந்தித்துக் கொள்கிறார்கள்
இடி மின்னலுடன் கூடிய புயல் வானத்தில்
ஒளியூட்டுகின்றன
வெகுதொலையில் கடலில் கப்பல்கள் மூழ்குகின்றன
சிறுபிள்ளைகளின் விளையாட்டைப் போல
மரணத்தின் தேவதை வானத்தை
நோக்கிப் பறக்கிறாள்.
பூமியின் அறுதியில் கடற்கரையின் மீது
குழந்தைகள் சந்தித்துக் கொள்ளும் போது

61

குழந்தைகளைத் தழுவி அமைதிப்படுத்துகின்ற உறக்கம்
அது எங்கிருந்து வருகிறதென்றும்
மீண்டும் மீண்டும் வந்து போகிறதென்றும்
யாருக்கேனும் தெரியுமா?
நான் கேள்விப்பட்டது இதுதான்
கற்பனைக் கதைகளில் வரும் காட்டில்
நீலமீளிகைகள் ஏற்றிய ஒளியின் நிழலில்
தென்றல் காற்றில் அசைந்தாடும் இரண்டு
மலர்மொட்டுக்களிடம் குடிகொண்டிருக்கும் அந்த உறக்கமே
குழந்தையின் கண்ணிமைகளை
மீண்டும் மீண்டும் தழுவிச் செல்கின்றன.
குழந்தை ஆழ்ந்த உறக்கத்திலிருக்கும் போது
அதன் உதடுகளில் திடீரென்று தோன்றுகின்ற புன்னகை
எந்த இடத்தில் பிறந்து எப்படி அது மறைகிறது என்று
யாரேனும் எனக்குக் கூறமுடியுமா?
நான் கேள்விப்பட்டது இதுதான்
இலையுதிர் காலத்தின் மேகமூட்டமான நாளில்
பிறைநிலவின் ஒளிக்கற்றை அவனிடம்
புன்னகை தோன்றக் காரணமாயிருந்தது
அதுவே, பனித்துளிகளால் கழுவப்பட்ட
காலைப்பொழுதிலே ஆழ்ந்த உறக்கத்திலிருக்கும்
குழந்தையின் உதடுகளில் திடீரெனத்
தோன்றும் புன்னகையாம்.
மென்மையும் இனிமையும் ஒன்றாகக் கலந்து

குழந்தையிடம் காணப்படும் மலர்ச்சி

எங்கிருந்து வருகின்றது என்றோ

அல்லது இவ்வளவு காலம் எங்கே

மறைந்திருந்தது என்றோ உனக்குத் தெரியுமா?

அன்னை சிறு பெண்ணாக இருந்தபோது

அவள் இதயத்தை மெதுவாகத் தொட்டு

அழகு தன் வசீகரத்தை நெய்து அவளுள்

அமைதியாக ஊடுருவிப் பரவியிருந்தது

அந்த மென்மையும் இனிமையுமே

குழந்தைக்குள் ஒன்றாகக் கலந்திருக்கிறது

குழந்தையின் மீது பொழிந்த இறையருள்

அவனை அவ்வாறு பொதிந்து வைத்துள்ளது

அவை தோன்றுமிடம் எங்கே என்றோ

அவை எப்படி அவனை ஒளிரவைக்கிறது என்றோ

யாருக்கேனும் தெரியுமா?

வசந்த காலத் தென்றலில்

கடம்பமர மணம் வீசும் பருவக்காற்றில்

இலையுதிர் காலத்தின் அறுவடைப்பருவத்தில்,

தொடங்குகின்ற பருவ மழையில் பூத்த

தாமரை மலரிலிருந்து

இறையருள் குழந்தையின் மீது பொழிந்து

அவனைப் பொதிந்து வைத்துள்ளது

அப்படி ஒரு குழந்தை பிறந்து

எச்சரிக்கையுடன் தன் கண்களைத் திறக்கும் பொழுது

அது யாருடைய பொறுப்பில் இருக்கும்?

ஊசலாடுகின்ற பொன்னான ஒளிக்கதிர்கள்,

உலகம் அதன் இடத்தில் பொருந்தி இருக்க வேண்டி
குழந்தையை கதிரவனிடமும், நிலவிடமும்
விண்மீன்களிடமும் ஒப்படைத்தன.
அதனால் தான் அப்படி ஒரு குழந்தை பிறக்கும் பொழுது
அது மெல்லத் தன் கண்களைத் திறக்க முடிகிறது.

62

உனது ரோசா வண்ணக் கரங்களில் நான்

வண்ணவண்ண பொம்மைகளை வைக்கும்போது,

என் குழந்தாய், வைகறைவிடியலில்

மேகங்களின் மீது ஏன் வண்ணங்கள் தீட்டப்படுகின்றன.

அவை நீரின் மீது பட்டுச் சிதறுகின்றன,

பூக்களும், இலைகளும் ஏன் வண்ணங்களைப்

பெறுகின்றன என்பதன் காரணம் புரிகிறது.

உன்ரோசா வண்ணக்கரங்களின் மீது

வண்ணங்கள் மிளிர்வதை நான் காணும் போது,

நான் பாடும் பாட்டிற்கு நீ நடனமாடும் பொழுது

என் குழந்தாய், என் இதயத்தின் ஆழத்தில்

உணர்ந்து கொள்கிறேன், கானகத்து மரங்களின்

இலைகள் ஏன் சலசலக்கின்றன.

நீரின் மீது அலைகள் ஏன் உருண்டோடி ஓசை

எழுப்புகின்றன என்பதற்கான காரணத்தை

உனக்காக நான் பாடும் போது உணர்ந்து கொள்கிறேன்

நீ சப்பிச் சுவைத்து உண்டு மகிழ பாலேடுகளால் ஆன

இனிப்புகளை நான் உனக்குத்தரும்பொழுது

உன் கரங்களில் ஒட்டிக் கொண்டிருக்கும் இனிப்புகளை

உன் முகமெங்கும் பூசிக் கொள்ளும் போது

நான் தெரிந்து கொள்கிறேன்,

பூக்களில் ஏன் தேன் நிறைந்திருக்கிறது

பழங்கள் ஏன் இனிப்பான சாறுகொண்டு நிரப்பப்பட்டிருக்கின்றன

என்பதற்கான காரணத்தை

நீ சப்பிச் சுவைத்து
உண்டு மகிழ பாலேடுகளால் ஆன இனிப்புகளை
நான் உனக்குத் தரும்பொழுது
உன் முகத்தில் புன்னகை பூக்கச் செய்வதற்காக
நான் உன்முகமெங்கும் முத்த மழை பொழியும் போது,
வானிலிருந்து எவ்வளவு மகிழ்ச்சியான ஒளிக்கதிர்கள்
என் முகத்தின் மீது பரவுகின்றன.
தென்றல் என் உடம்பிற்கு எத்தகைய பெருமகிழ்ச்சியைக்
கொண்டு வருகிறது என்பதற்கான காரணத்தை
உன் முகத்தில் முத்தமிடும் பொழுது
நான் அனைத்தையும் புரிந்து கொள்கிறேன்

63

அடர்ந்த மரங்களின் நடுவில்
பாழான நிலையிலுள்ள ஆற்றங்கரையில் நின்று
ஒர் இளம்பருவத்து மங்கையிடம் கேட்டேன்,
"உன் விளக்கைத் திரையிட்டு மறைத்துக்கொண்டு
    இந்தத் தனிமையான பாதையில்
    நிதானமாக நடந்து செல்லும் நீயார்?
    இன்று என் வீடு ஒளியின்றி இருளில் இருக்கிறது
    பெண்ணே, உன் விளக்கை எனக்குக் கொடு"
மங்கிய ஒளியில் அவள்தன் ஒளியற்ற கண்களை உயர்த்தி
என்னைப் பார்த்து மெல்லிய குரலில் சொன்னாள்
    "இந்த நாளின் முடிவிலே, எனது விளக்கை
    இந்த நதியில் மிதக்கவிட இங்கு வந்திருக்கிறேன்
    அடர்ந்த மூங்கில்கள் வரிசையாக வளர்ந்து நிற்கும்
    ஆற்றங்கரையிலே, அந்தப் பெண்ணின் விளக்கு
    எந்த நோக்கமும் இன்றி மிதந்து செல்வதைப் பார்த்தேன்
அமைதியாகிக் கொண்டிருந்த இரவில் இருள் பரவத்
தொடங்கியது. நான் அந்தப் பெண்ணிடம் சென்று
மீண்டும் கூறினேன்.
    "உன் வீட்டிலுள்ள எல்லா அறைகளிலும்
    விளக்கேற்றி இருக்கிறாய். பின் யாருக்காக
    இந்த விளக்கை ஒதுக்கி வைத்திருக்கிறாய்
    என் வீடு இன்று விளக்கின் ஒளியின்றி
    இருண்டிருக்கிறது, பெண்ணே, உன் விளக்கை
    எனக்குத் தருவாயா?

அவளுடைய ஒளியற்ற கண்களால் அக்கரையில்லாமல்
என்னைப் பார்த்து மெல்லிய குரலில் சொன்னாள்,
என்னுடன் கொண்டுவந்த இந்த விளக்கை
அந்த வானத்திற்கு அற்பணித்து விட்டேன்.
அப்போது வானத்து மூலையைப் பார்த்தேன்
எந்தப் பயனுமின்றி அந்த விளக்கு
அங்கே எரிந்து கொண்டிருப்பதைக் கண்டேன்.
நிலவொளியில்லாத, நள்ளிரவின் கூரிருளில்
அந்தப் பெண்ணிடம் சென்று கேட்டேன்.
"உன் இதயத்திற்கு மிக அருகில் இந்த விளக்கைப்
பிடித்துக்கொண்டு, நீ யாரைக் காண இந்த வழியில்
நின்று கொண்டிருக்கிறாய்? என் வீட்டில் இன்று
விளக்கில்லை. பெண்ணே உன் விளக்கை எனக்குத்
தருவாயா? அவள்தன் ஒளியற்ற கண்களை
உயர்த்தி, இரவின் கூரிருளில் என் முகத்தைக்
கணநேரம் பார்த்து, மெல்லிய குரலில் சொன்னாள்,
"தீபத்திருவிழாவில் ஏற்ற வேண்டும் என்பதற்காக
நான் இந்த விளக்கை இன்று என்னுடன்
கொண்டு வந்திருக்கிறேன்"
ஆயிரக்கணக்கான விளக்குகளின் நடுவே
அவளுடைய விளக்கும் பயனின்றி வீணே
எரிந்து கொண்டிருப்பதைக் கண்டேன்

64

எனக்குத் தெரியாத பலவற்றையும் எனக்குக் காட்டியிருக்கிறாய்

பலவீடுகளுக்கு நீ என்னைக் கூட்டிச் சென்றிருக்கிறாய்

தூரத்தில் உள்ள நண்பனை என்அருகில் கொண்டுவந்தாய்

அந்நியரை எனக்குச் சகோதரனாக்கினாய்

ஒவ்வொருமுறை நான் என் பழையவீட்டை

விட்டுச் சென்ற போதும், அறிமுகமில்லாத புதிய

இடத்தை நினைத்துக் கவலை கொண்டேன்

அனைத்தும் புதிய இடமாகத் தோன்றலாம் ஆனால்

நீயோ, எப்பொழுதும் எனக்குப் பழக்க முள்ளவன்

தூரத்தில் இருக்கும் நண்பனை என்னருகில் கொண்டுவந்தாய்

அந்நியரை எனக்குச் சகோதரனாக்கினாய்

பிறப்பு இறப்புக்களால் ஆன இந்தப் பிரபஞ்சத்தின்

சுழற்சியில் எப்பொழுது எங்கே சென்றாலும்

எனது பயணத்தின் நிலையான துணைவனாக இருக்கிற நீ

என்னை அனைத்தையும் அறிந்து கொள்ள வைக்கிறாய்

உன்னைத் தெரிந்து கொள்வது என்பது அனைத்தையும்

தெரிந்து கொள்வதாகும். எல்லைகளோ அச்சுறுத்தல்களோ

வழியில் குறுக்கிடுவதில்லை. அனைவரையும் நீ

இயக்கிக் கொண்டிருக்கிறாய்

நான் வேண்டுவதெல்லாம் தினமும் உன்னைக்

காண வேண்டும் என்பதே.

தூரத்தில் இருக்கும் நண்பனை

என் அருகில் கொண்டு வந்தாய்

அந்நியனை எனக்குச் சகோதரனாக்கினாய்

65

என்னுள்ளும் என் ஆன்மாவினுள்ளும்

நிறைந்திருக்கும் எந்தக் காயகல்பத்தை

நீ உட்கொள்ள விரும்புகிறாய்? என் இறைவனே?

தெய்வீகக் கவிஞனே, இந்த உலகை

என் கண்கள் வழியாகக் காண விரும்புவது தான்

உன் ஆசையா? அமைதியாக இருந்து

உன் பாடலுக்கு நான் சுருதி சேர்ப்பதைக்

காண விரும்புகிறாயா?

என்னுள்ளும் என் ஆன்மாவினுள்ளும்

நிறைந்திருக்கும்

எந்தக் காயகல்பத்தை

உட்கொள்ள விரும்புகிறாய் என் இறைவனே?

என் மனதில் உன்னுடைய படைப்புகள்

பலபல ராகங்களை உருவாக்கிக் கொண்டிருக்கின்றன.

உனது அன்பில் கலந்து என் இறைவனே

அவை எனது பாடல்களை புத்துணர்ச்சி அடையச் செய்கின்றன

உன்னை எனக்கு முழுமையாகத் தந்து,

உனது அனைத்து அழகையும் என் மூலமாகக் காண்கிறாய்

66

வாழ்க்கையில் என்றுமே மங்கலாகத் தெரிந்தது எதுவோ
காலை ஒளியில் எல்லோருக்கும் தெரியும் படியாக
மலராதது எதுவோ
வாழ்க்கையின் கடைசிப்பரிசு
வாழ்க்கையின் இறுதிப்பாடல்
இறைவனே அத்தகைபொருட்களை
உனக்கு முன் நான் அளிப்பேன்
காலை ஒளியில் எல்லோருக்கும்
தெரியும் படியாக மலராதது எதுவோ!
நான் பேசிய சொற்களால்
அவளைப் பிணைக்க முடியவில்லை
நான் இசைத்த பாடலால்
அவளைச் சம்மதிக்க வைக்க முடியாமல் போனது
ரகசியமாக அமைதியாக,
இனிமையான புதிய தோற்றங்களில்
எனக்குப் பிரியமானவள் அனைவரின்
கண்களிலிருந்தும் மறைந்து விட்டாள்
அதனால் காலை ஒளியில்
அவள் வெளிப்படையாக மலரவில்லை
நெடுந்தூரப் பயணங்களுக்கு நான்
அவளுடன் சென்று வந்தேன்.
அவளை மையமாக வைத்தே என்
வளர்ச்சியும் வீழ்ச்சியும் இருந்தது.
இருப்பினும் என் நினைவுகளிலும் செயல்களிலும்

ஓய்வுகளிலும் கனவுகளிலும் அவளே நிறைந்திருந்தாள்

அதனால் காலை ஒளியில் அவள்

வெளிப்படையாக மலர விரும்பவில்லை.

பலதருணங்களில் பல ஆடவரும்

அவளைத்தேடி வந்தார்கள்

ஆனால் எப்போதும் ஏமாற்றத்துடன்

அவள் வாயிலில் இருந்து திரும்பிச் சென்றார்கள்.

உன்னை எப்படியும் சந்திக்க வேண்டும் என்ற

அவர்களுடைய ஆவல்தான்

அவளுக்கு எழுச்சியூட்டியது என்றும்

அதுவே அவளை அவளுடைய கோளத்தில்

வைத்திருக்கிறது என்றும்

யாருக்குமே என்றுமே தெரிந்ததில்லை.

அதனால் அவள் காலை ஒளியில்

வெளிப்படையாக மலராமல் இருந்தாள்.

67

உன்னதமானவனே, அந்த வானமும் நீதான்
பறவைகளின் கூடும் நீதான்.
ஆழமான அன்பு குடியிருக்கும் சொர்க்கமாக இருக்கிறாய்,
ஒவ்வொரு கணமும், பலவகை வண்ணங்களாலும்,
ஒலிகளாலும், மணங்களாலும், உன் அன்பு
என் இதயத்தை எல்லாப் பக்கங்களிலிருந்தும் பொதிந்து வைக்கிறது.
நீ இருக்கும் இடத்திலிருந்து வைகறையானவள்
மிக நேர்த்தியான மாலையைப் பொற்தட்டில் வைத்துத் தன்
கரத்தில் ஏந்தி அமைதியாக உலகத்தின்
உச்சியில் மகுடமாக வைக்கிறாள்
ஆடுமாடுகள் இல்லாத மேய்ச்சல் நிலத்தில்
மாலைப்பொழுது மெதுவாக மங்கிக் கொண்டிருக்கிறது
வழித்தடம் பதியாத பாதை வழியாக வேகமாக
வெளியே வரும் பொன்னான நீர்
மிகக் குளிர்ச்சியான மழையாகப் பொழிகிறது.
நீ தங்கியிருக்கும் இடத்திற்கு எங்கள் ஆன்மா
பறந்து வருகிறது. எல்லையில்லாது விரிந்து பரந்திருக்கும்
வானத்தில் ஒளி அப்பழுக்கில்லாததாய் இருக்கிறது
அங்கே இரவில்லை, பகலில்லை, வேறு உயிரினம் இல்லை
வண்ணமில்லை,   மணமில்லை,   சொற்களில்லை
பொருளுமில்லை

68

என் உலகின் மீது சீராக வந்து விழுகின்ற உன் கதிர்கள்
மேலும் மேலும் கடுமையாகின்றன
நாள் முழுவதும் என் கதவிற்கு வெளியே நிற்கும் அவை
என்னிடமிருந்து எதை எதிர்பார்க்கின்றன?
எனக்குத் தெரியும் அவை இருளில் என் கண்ணீராலும்,
எனது பேரார்வம் உருவாக்கிய பாடல்களாலும் உண்டான
மேகமாகிய ஒரு திரைச்சீலையால் தம் இருளை
மேலும் வளர்த்துக் கொள்கிறது
ஒப்பற்றவனே! புதுப்புது உருவங்களாலும்
மாறக்கூடிய வண்ணங்களாலும் ஆன
எனது மேகமாகிய திரைச்சீலை கொண்டு
நீ உன்னைச் சுற்றி மூடிக் கொள்கிறாய்
ஏனெனில் அது கனமில்லாததாய், ஈரமானதாய்,
விரைவானதாய், மென்மையானதாய்,
நிழலானதாய் இருக்கிறது.
இரக்கத்திற்குரிய எனது திரைச்சீலையை
நீ மிகவும் விரும்புகிறாய்
அதனால் மிகவும் துன்பம் தருகின்ற எனது நிழலை
நீ உன் ஒளிர்கின்ற ஒளியால் மூடுகிறாய்

69

வாழ்க்கையின் இயக்கம் இரவும் பகலும்

என் உடலில் உள்ள ஒவ்வொரு நாடி நரம்புகளிலும்

துள்ளிக்குதித்துச் சென்று அனைத்தையும் வெற்றி கொள்கிறது.

அற்புதமான மெல்லிசைகளுடனும் துடிப்புடனும்

இந்த உலகில் தாளலயத்துடன் நடனமாடிக் கொண்டிருக்கிறது.

அமைதியாகவும், ரகசியமாகவும் பூமியின் ஒவ்வொரு

துவாரங்களின் வழியாகவும் ஓடிக்கொண்டிருக்கிறது

புற்களாகவும், பச்சைப்பசேல் என்று தோன்றும்

சிறுசிறு செடிகளாகவும் முளைத்து மேலே வருகின்றன.

அது மலர்களை மலர வைக்கிறது

இலைகளைத் துளிர்க்க வைக்கின்றது.

அந்த வாழ்க்கைதான் தொட்டிலின் மீது

ஊசலாடுவதுபோல், அண்டம் முழுவதும்

பிறப்பையும் இறப்பையும் கொண்டு வருகிறது

அது பின்வாங்குவதும் முன்னால் பாய்ந்து

செல்வதுமாக உள்ள ஓயாத இயக்கம்

என்னை மாசற்றவனாக்குகிறது.

அந்த அளவிட முடியாத, முடிவற்ற தாளலயம் இன்று

என் நரம்புகளின் வழியாக ஓடிக்கொண்டிருக்கிறது.

70

பரவசப்படுத்தும் இந்த முழுமையான மகிழ்ச்சியின்
சுழற்சியில் அடித்துச் செல்லப்பட்டு பிரிந்து
நிலைகுலைந்து சிதறி விடுதலில் உள்ள மகிழ்ச்சியான
தாளலயத்தில் நீ வந்து இணைய மாட்டாயா?
கதிரிலும், விண்மீனிலும், நிலவிலும்
வானமெங்கும் கேட்கும் இறுதி ஊர்வல இசைக்கும்
நீ செவிமடுக்க மாட்டாயா?
இசை அருவியின் வெப்பத்தை நீ உணரமாட்டாயா?
மனதை வசீகரிக்கின்ற இசையானது அனைத்தையும்
எடுத்துச் செல்கிறது. எங்கே என்று யாருக்குத் தெரியும்?
முன்னோக்கிச் செல்லும் அவை
பின்னால் திரும்பிப் பார்ப்பதில்லை.
அந்த வேகத்தை, முன்னோக்கிச் செல்வதில்
ஏற்படும் அந்த மட்டற்ற மகிழ்ச்சியைத்
தடுத்து நிறுத்த முடியாது.
அந்தக் கட்டற்ற பெருமகிழ்ச்சியில் திசைகளெங்கும்
பயணம் செய்வதில் ஆறுபருவங்களும்
நடனமாடிக் செல்கின்றன.
வண்ணங்கள், பாடல்கள், நறுமணங்கள்
பேரானந்தப் பெருவெள்ளமாய் பூமியின் மீது வழிந்தோடும்.
அனைத்தையும் போகவிடுவதில் வரும் மகிழ்ச்சியோடு
அவை துகள் துகளாய்த் தூவி மறையும்.

71

என்னையே நான் இன்னும் மேம்படுத்திக்

கொள்ள வேண்டும் என்பதாலும்

நீ வெளிப்படுத்தும் ஒளிக்கு நான் சிறப்பாக

வண்ணம் தீட்டுவேன் என்பதாலும்

நீ என்னைக் கவர்ந்து இழுக்கிறாய்.

நீ உன்னில் ஒரு பகுதியை தனிப்படுத்தி

பிரித்து வைத்து விட்டாய்.

அதைப் பலவிதமான ராகங்களில் பாடி

அழைத்து மகிழ நினைக்கிறாய்

உன்னிடமிருந்து இப்படி தனியாகிவிட்ட அப்பகுதி

என்னில் ஒரு பகுதியாகி விட்டது.

நம்பிரிவில் உருவான பாடல் உலகமெங்கும் கேட்கிறது.

அது நம்பிக்கையிலும் அச்சத்திலும்

கண்ணீரிலும் சிரிப்பிலும் நிறைந்திருக்கிறது.

எண்ணிலடங்கா அலைகள் எழுகின்றன,

பின் விழுகின்றன.

எண்ணிலடங்கா கனவுகள் கலைகின்றன

பின் உருவாகின்றன.

என்னை உருவாக்குவதால் உன் தோல்வியை உருவாக்குகிறாய்

இரவு பகலாக வரைந்து தெளிவாக்கப்பட்டு

வண்ணம் தீட்டப்பட்ட ஓராயிரம் உருவங்களுடன்

நீ உருவாக்கிய திரைச்சீலையின் பின்னே

காட்சிக்குப் புலப்படாமல் மறைந்திருக்கிறாய்

அனைத்திற்கும் மத்தியில் மனித அறிவுக்குப்

புலப்படாதபடி அற்புதமாக நீ மறைந்திருக்கிறாய்
எதையும் நீ எளிமையானதாக வைத்திருக்கவில்லை
அனைத்துமே வளைவு சுழிவுகளோடு காணப்படுகின்றன.
நம் இணைவின் அடையாளம் வானமெங்கும்
காணப்படுகிறது, எங்கெங்கும் நம்
குதூகலக் கொண்டாட்ட ஓசைகள்
மரங்கள் அடர்ந்த சோலையின் இடையே
ஊடுருவி மிதந்து செல்கின்றன.
நம் தோற்ற மறைவுகளில்
சில யுகங்கள் மறைந்து போகின்றன.

72

என் இதயத்தை இவ்வாறு தன் கட்டுப்பாட்டிற்குள்
கொண்டுவந்தது யார்?
என் கடுந்துயரும் பரவசமும் தோன்றும்
கணநேரங்களைத் தன் அலாதியான
தோற்றத்தால் தீண்டுகிறான்.
என் பார்வையில் ஒரு வசீகரத்தைச் சேர்க்கிறான்
என் இதயவீணையின் தந்தியில்
மகிழ்ச்சியான ராகங்களை மீட்டித்
துன்பத்தைத் தணிக்கிறான்
பொன், வெள்ளி, பச்சை, நீலம்
ஆகிய வண்ணங்களாலான
மாயவலையை நெய்கிறான்
தன் அழகினால் என்னை உணர்ச்சியில்
ஆழ்த்திவிட, மெதுவாக வெளியில் செல்கிறான்
நாட்கள் கடந்து போகின்றன
காலம் ஓடிக்கொண்டிருக்கிறது
ரகசியமாக என் இதயத்தைக் கவர்கிறான்
பலபெயர்களிலும் பல தோற்றங்களிலும்
அவன்தன் அருளைப் பொழிகிறான்

73

உரிமைகளைத் துறந்து விடுதலை
பெறுவது என்பது எனக்கு வேண்டாம்.
எண்ணற்ற உலகப் பிணைப்புகளின்
நடுவே நான் விடுதலையை உணர்கிறேன்.
என்னுடைய இந்த மண்பானையை
எண்ணற்ற வண்ணங்களாலும்
நறுமணங்களாலும் ஆன உன்
அமுதத்தால் நிறைக்கிறாய்!
ஒரு விளக்கின் ஒளிச்சுடரைப் போல்
நீ என் வாழ்வில் ஒளியேற்றுகிறாய்
ஆயிரம் விளக்குகளை அப்போது
நான் உன் ஆலயத்தில் ஏற்றுவேன்.
என் புலன்களை அடைத்து வைத்து
அனைத்தையும் துறந்து தியானத்தில்
ஈடுபட நான் நினைக்கவில்லை.
அது என் இதயத்தின் மகிழ்ச்சியில்
இசையாகவும், மணமாகவும்,
காட்சியாகவும் கலந்திருக்கிறது!
எனது மாயை ஒளியாக மாறும்
எனது அன்பு உண்மையான பக்தியில் கனிவடையும்.

74

பகல்பொழுது முடிவுக்கு வருகிறது.

பூமியின்மேல் நிழல் பரவுகிறது

நாம் கரைக்குச் சென்று நம் குடங்களை

நிரப்பிக் கொள்ளலாம்

சலசலக்கின்ற ஆற்றின் அருகே செல்லலாம்

மாலைப்பொழுது பேராவலைத் தூண்டி

என்னைத் தெருவிற்கு வரச்சொல்லி அழைக்கிறது

நாம் கரைக்குச் சென்று

நம் குடங்களை நிரப்பிக் கொள்ளலாம்

தனிமையான தெருவில் நடந்து செல்வோர் யாருமில்லை

அன்பின்நதியின் மீது அலைகள்

சுழித்தோடும் காற்றில் அசைந்தாடுகின்றன.

நான் திரும்பிச் செல்வேனா என்று தெரியவில்லை

நான் யாரைச் சந்திக்கப் போகிறேன் என்று தெரியாது

ஆனால் இன்று ஒரு படகில்

அறிமுகமில்லாத ஒரு மனிதனின்

வீணைநாதத்தைக் கேட்கிறேன்

நம் குடங்களை நிறைத்துக் கொள்ள

மீண்டும் நாம் ஆற்றங்கரைக்குச் செல்லலாம்.

75

உலகோருக்கு நீ தந்திருக்கும் நிலையில்லாப் பரிசுகள்
எங்கள் தேவைகள் அனைத்தையும் பூர்த்தி
செய்திருந்தாலும் தீர்ந்துவிடுவதில்லை
அதன்பிறகு எஞ்சியிருப்பவை உன்னிடம்
குறைவின்றி திரும்பி வருகின்றன
ஓடிக்கொண்டிருக்கும் ஆறு, தான்
செய்ய வேண்டிய பணிகள் அனைத்தையும்
செய்து முடிக்க வேண்டி
என்றும் ஓடிக்கொண்டே இருக்கும் ஓடை
முடிவில்லாமல் உன் பாதங்களைக்
கழுவிக் கொண்டிருக்கிறது.
மலர்கள் தங்கள் நறுமணத்தைத் தோட்டம்
முழுவதும் நிறைத்தாலும்
அது முற்றிலும் செலவாகி விடுவதில்லை
இறுதியாக உன் வழிபாட்டில் வைக்கப்படும் பொழுது
தன் சேவையில் முழுப்பெருமை அடைகிறது.
பூசைக்காக அனைத்தையும் வழங்கினாலும்
நீ யாருடைய உடைமைகளையும்
இழக்கச் செய்வதில்லை
கவிஞனே, உனது பாடல்கள் பல செய்திகளை
மற்றவர்களுக்குத் தெரிவித்தாலும்,
படிப்போர் தங்கள் விருப்பத்திற்கேற்ப
பொருள் தேடிக்கொள்கிறார்கள்.
ஆனால் அவற்றின் முடிவான பொருள்
உனக்கு மட்டுமே தெரியும்.

76

என்னை ஆள்பவனே, ஒவ்வொரு நாளும்
    நான் உன்முன்னே நிற்பேன்,
இந்த பிரபஞ்சத்தின் தலைவனே
    கைகளைக் கூப்பி உன் முன்னே நிற்பேன்
எல்லையற்ற உன் வானத்திற்குக் கீழே
    விலகிநின்று தனிமையில் பணிவாக
நனைந்த விழிகளோடு
    நான் உன் முன்னே நிற்பேன்
பலபரிணாமங்களை பலவிதமான படைப்புகளை
    உள்ளடக்கிய இந்தப் பரந்த உலகத்தில்
மக்கட்திரளின் நடுவில்
    நான் உன்முன்னே நிற்பேன்
உனது இந்த அகிலத்தில்
    என்பணிகள் முடியும் போது
அரசனுக்கு அரசனே, நான் தனிமையில் அமைதியாக
    உன் முன்னே நிற்பேன்.

77

நீ கடவுள் என்று அறிந்ததால்
உன்னிடமிருந்து விலகிநிற்கிறேன்
"தந்தையே" என அழைத்து உன்
பாதங்களைத் தொட்டு வணங்குகிறேன்
ஆனால் ஒரு நண்பனைப் போல்
உன் கரங்களை இறுகப் பற்றுவதில்லை
உன் எளிய பேரன்பால் நீயாகவே
கீழிறங்கி என் இடத்திற்கு வருகிறாய்
அங்கே நான் உன்னை
மனநிறைவுடன் தழுவிக் கொள்கிறேன்
ஆனால் உன்னை ஒரு நண்பனாக
எண்ணி வாழ்த்துவதில்லை
நீ சகோதரர்களுக்குள் ஒரு சகோதரனாய்
இருக்கிறாய், இறைவனே,
ஆனால் நான் மற்றவர்களைத் திரும்பிப் பார்ப்பதில்லை
எனக்குச் சொந்தமான எதையும்
அவர்களுடன் பகிர்ந்து கொள்வதில்லை
என்னிடமுள்ள எதையும் அவர்கள்
கரங்களில் தருவதுமில்லை
நான் ஒவ்வொருவரிடமும் சென்று
அவர்களுடைய இன்ப துன்பங்களில்
ஏன் பங்கெடுத்துக் கொள்வதில்லை?
ஏன் நான் இடைவிடாது உழைத்து
வாழ்க்கைக் கடலில் மூழ்கவில்லை?

78

இறைவன் படைப்புத் தொழிலை
          நிறைவு செய்தபோது
நீலவானம் விண்மீன் கூட்டங்களிலிருந்த
          ஒவ்வொரு விண்மீனாலும் ஒளியேற்றப்பட்டது
தாம் படைத்ததைப் பார்த்த வண்ணம்
          அவைக் கூடத்தின் கீழே இருளில்
கூட்டமாகத் தேவர்கள் அமர்ந்திருந்தனர்.
          அவர்கள் பாடினார்கள்,
"என்ன ஒரு அற்புதம்,
          என்ன ஒரு நிறைவான காட்சி!
கவனத்தை முழுமையாக ஈர்க்கின்றது
          கோள்களின், நிலவின், கதிரின்
அப்படியோர் ஒத்திசைவு"
          ஆனால் அந்த அவைக்குள்ளிருந்து
யாரோ திடீரென்று சொன்னார்கள்.
இந்த விண்மீன் கூட்டத்தில்
          ஒரு விண்மீனைக் காணவில்லை
வீணையின் ரீங்காரம் நின்றுவிட்டது.
          பாடல் நின்று போனது
தொலைந்து போன விண்மீனுக்கான
          தேடல் தொடங்கியது
"அந்த விண்மீன்தான் விண்ணுலகின்
          ஒளியைப் பரப்பியது
அது மிகப்பெரிய விண்மீன் அது தான்

காட்சியை முழுமையாக்குகிற விண்மீன்"!
அந்த நாள் முதல் இந்த உலகம்
    அந்த விண்மீனுக்காகக் காத்திருந்தது.
பகல்பொழுது மகிழ்ச்சியைத் தொலைத்தது.
    இரவுப்பொழுது உறக்கத்தைத் தொலைத்தது.
அனைவரும் சொல்கிறார்கள்,
    "எதையும் விட அந்த விண்மீனுக்
காகத்தான் நாம் ஏங்கினோம்"
    அனைவரும் வியப்புக்குரல் எழுப்பினர்,
"அது தொலைந்து விட்டது. இந்த உலகம்
இப்பொழுது துயரத்தில் ஆழ்ந்து விட்டது.
    பின்னிரவு நேரத்தில்
அமைதியாக இருந்த விண்மீன் கூட்டத்தில்
    விண்மீன்கள் ஒன்றை ஒன்று பார்த்து,
சிரித்துக் கொண்டே சொன்னது,
    "இந்தத் தேடுதல் வீணானது,
ஏனெனில் நாம் அனைவருமே இருக்கின்றோம்"

79

இறைவனே, என்னுடைய இந்த
        வாழ்க்கையில் நான் மீண்டும்
உன்னைக் காணவில்லை என்றால்
        உன் தரிசனம் கிடைக்கவில்லை என்பதை
எப்பொழுதும் நினைத்திருப்பேன்
        என்றும் மறக்காமல் அதன்வலியை
என் கனவிலும் விழிப்பிலும் அனுபவிக்க வேண்டும்
        இந்த விறுவிறுப்பற்ற உலகிலே
நான் என் காலத்தைச் செலவழித்தாலும்,
        குறைவில்லா செல்வங்கள் என்
கரங்களில் நிறைந்தாலும்
        நான் எதையுமே அடையவில்லை என்பதை
எப்பொழுதும் என் நினைவில் வைத்திருப்பேன்
        என்றும் நினைத்து அதன் வலியை என்
கனவிலும் விழிப்பிலும் அனுபவிக்க வேண்டும்.
சோம்பலாக நான் இந்தப் பாதை ஓரம்
        அமர்ந்திருந்தாலும்,
வேண்டுமென்றே நான் இந்தப் புழுதியில்
        படுத்திருந்தாலும்
எனக்காக இன்னும் காத்துக் கொண்டிருக்கும்
        நீண்ட பாதையைப் பற்றி நினைத்துக் கொண்டிருப்பேன்
அதை என்றும் மறக்காமல் அதன் வலியை நான்
        என் கனவிலும் விழிப்பிலும் அனுபவிக்க வேண்டும்
மகிழ்ச்சியின் ஆரவாரத்தைக் கேட்கும் பொழுதும்

புல்லாங்குழலின் இசை என் அறையை நிறைக்கும்
பொழுதும், என் அன்பே, என் வீட்டை நான்
எப்படி அழகுபடுத்தியிருந்தாலும், உன்னை என்
வீட்டிற்கு அழைத்துவரவில்லை என்னும் நினைவு
மீண்டும் மீண்டும் என் நினைவில் வருகிறது.
இதை நான் என்றும் மறக்காமல் அதன் வலியை
என் கனவிலும் விழிப்பிலும் சுமந்திருக்க வேண்டும்.

80

இலையுதிர் காலத்தின் முடிவில்
      மிதந்து செல்கின்ற மேகங்களைப் போல்
மீண்டும் மீண்டும் காரணமின்றி நான்
      தொடுவானத்தை நோக்கி மிதந்து செல்கிறேன்
என் அன்பே, என்றென்றும் என் கதிரவன் நீ தான்
      உன்னையே நான் பெருஞ்செல்வமாகப் போற்றுகிறேன்
ஆனால் இன்று வரை உன் கதிர்களின் தீண்டுதல்
      என்னை ஆவியாக்கவில்லை
உன்னுடைய ஒளியுடன் ஒன்றாக என்னைச் சேர்க்கவில்லை
      அதனால் உன்னைப்பிரிந்து நான் மாதங்களையும்
ஆண்டுகளையும் எண்ணிக் கொண்டிருக்கிறேன்
      அன்பே, இப்படித்தான் அனைத்தும் இருக்க வேண்டும்
என்பது உன் விருப்பமென்றால்,
      இதுதான் என்னுடனான உன் விளையாட்டு என்றால்
முடிவில்லாமல் இப்படியே நீ விளையாடலாம்
      வெறுமையான சிறு துணுக்கான என்னை
சிறிது காலமே இருக்கிற என்னை
      எடுத்துக் கொள்
பலவிதமான வண்ணங்கள் கொண்டு
      என்னைத் தீட்டு, தங்கத்தால் என்னை மெருகிடு
அடங்காமல் வீசுகின்ற தென்றலில்
      என்னை மிதக்கவிட்டு
இடைவிடாமல் என்னுடன் விளையாடு
      என்னுடைய வெறுமை கொண்டு

ஒவ்வொரு நாளையும் அற்புதமானதாக்கு,
    அன்பே, இப்படிச் செய்வதுதான் உன்னை
மகிழ்விக்கிறது என்றால்,
    என்னுடனான உனது விளையாட்டை
இந்த ஆழ்ந்து அடர்ந்த நள்ளிரவில் முடித்துக் கொள்
    ஓயாத அழுகையுடன் நான் இந்தக் கூரிருளில்
மறைந்து போகிறேன்
    வைகறையில் கறை எதுவும் இல்லாத வானத்தில்
அந்த ஊடுருவிப் பரவுகின்ற
    புன்னகை மட்டும் நிலைத்து நிற்கும்.
தூய்மையுடன், தெள்ளத் தெளிவாக
    ஒளிமிக்கதாய் இருக்கும்
வானத்தில் உள்ள விண்மீன்க் கூட்டங்களுடன்
    மேகங்கள் இரண்டறக் கலந்து மகிழும்.

81

அவ்வப்பொழுது நான் நினைத்துக் கொள்கிறேன்.
எவ்வளவு சோம்பேறித்தனமாக
நான் என் நாட்களைக் கழிக்கிறேன்
வீணாகப் பொழுதைக் போக்குகிறேன் என்று
ஆனால் இறைவனே, எப்பொழுதுமே அவற்றை
உன்னுடைய கரங்களில் எடுத்துக் கொள்வதால்,
அந்த நாட்கள் எல்லாம் வீணாகக் கழியவில்லை
என் இறைவனே, என் உள்ளே நீ மிக ஆழமாக,
நிலை கொண்டிருப்பதால் யாராலும் கவனிக்கப்படாமல்
மிக ரகசியமாக உன் ஓய்வான நேரத்தில்
விதைகளைக் கனியாக விளையச் செய்கிறாய்
மொட்டுகளைப் பலவண்ண மலர்களாக
மலரச் செய்கிறாய்
பழங்களை இனிப்பான சாறுகொண்டு நிரப்புகிறாய்
எனினும், ஆழ்ந்த உறக்கம் என்னை ஆட்கொள்ளும்போது,
என்பணி இன்னும் முடியவில்லை என்று
நினைத்துக் கொண்டே, ஆழ்ந்த உறக்கம் என்னை
ஆட்கொள்ள சோம்பலுடன் என் படுக்கையில்
படுத்திருப்பேன்.
ஆனால் வைகறை விடியலில் என் கண்களைத்
திறந்து பார்த்த போது என் தோட்டம்
மலர்களால் நிறைந்திருப்பதைக் கண்டேன்.

82

நிகரில்லாதவனே, காலம் உனக்கு
முடிவில்லாததாய் இருக்கிறது
கடந்து போகின்ற பகலையும் இரவையும்
யாராலும் எண்ண முடியாது
வருடங்கள் பெருகினாலும் குறைந்தாலும்
நீ தாமதிப்பதுமில்லை, அவசரப்படுவதுமில்லை
நல்ல நேரத்திற்காக எப்படிக் காத்திருப்பது
என்று உனக்குத் தெரியும்.
ஒரு நூறு ஆண்டுகள் கடந்த பின்
நிதானமாக ஒரு மலர்மொட்டை மலரச் செய்வாய்
ஆனால் காலம் நம் கையில் இல்லை
அதற்காக நாம் ஒருவரை ஒருவர்
இடித்துத் தள்ளிக் கொண்டு செல்கிறோம்.
தாமதத்தை யாரும் பொறுத்துக் கொள்வதில்லை
இறைவனே, நான் அனைவருக்கும் என்
நாட்களைத் தியாகம் செய்கிறேன்
என் வாழ்நாள் முடியும் வரை
அவர்களுக்காகவே சேவை செய்கிறேன்
அந்தோ, உன் பலிபீடத்தில் எதையும் உனக்கு
வைக்கவில்லை. குழப்பத்துடன்
அச்சத்தில் உன்னிடம் ஓடி வருகிறேன்
ஆனால் எனக்காக நீ எப்பொழுதும்
நேரத்தை ஒதுக்கிவைத்திருக்கிறாய்
என்பதைத் தெரிந்து கொள்கிறேன்

83

துன்பத்தில் உருவான கண்ணீர்

முத்துக்களைக் கொண்டு இன்று

உன் பொன்னாலாகிய தட்டத்தை அழகுபடுத்துவேன்

என் அன்புத்தாயே, அவற்றைக் கொண்டு

உன் கழுத்திற்கு ஒரு முத்து மாலையை உருவாக்குவேன்

நிலவும் விண்மீன்களும் பூச்செண்டுகளாக

உன் பாதங்களை அலங்கரிக்கும்.

ஆனால் உன் மார்பின் மீது துன்பத்தில் உருவான

கண்ணீர் அழகு செய்யும்.

பொருளையும் புகழையும் கொண்டு நான்

என்ன செய்ய வேண்டும் என்று எனக்குச் சொல்

நீ விரும்பினால் அவற்றை எனக்குத் தரலாம்

இல்லையென்றால் அவற்றை எடுத்துக் கொள்ளலாம்

ஆனால் துன்பம் என்றும் என்னுடன் இருப்பது

அதன் மதிப்பென்ன என்று

உனக்கு நன்றாகவே தெரியும்

உன்னுடைய அருளுடன் நீ அதைப் பெற்றுக் கொள்கிறாய்

அதற்காக நான் பெருமைப் படுவேன்.

84

ஓ இறைவனே, உன் பிரிவால்

ஏற்பட்டிருக்கும் வேதனை,

இந்த உலகமெங்கும் பரவியிருப்பதை

தினமும் காண்கிறேன்

பசுமையான நிலப்பரப்புகளிலும்

சிகரங்களிலும், வானமெங்கிலும்

கடல்களிலும் பல உருவங்களிலும்

தோற்றங்களிலும் காணப்படுகிறது.

விண்மீன்களிலெல்லாம் இரவு முழுவதும்

கவனமாய் அமைதியாக வியப்புடன் காத்திருக்கிறது

ஆவணி மாதத்து மழையில் சலசலக்கும் இலைகளிலும்

உன்னைப் பிரிந்ததால் ஏற்படும்

ஆழ்ந்த வேதனை காணப்படுகிறது.

ஒவ்வொரு வீட்டிலும் நீ இன்று இல்லாமையால்

ஏற்பட்டிருக்கும் கடுமையான வேதனை

காதலிலும், ஆசையிலும், துன்பத்திலும்

வேலையிலும் மகிழ்ச்சியிலும் உணரப்படுகிறது.

எல்லா உயிரினங்களையும்

முற்றிலும் வெறுமையாகிப்போனதுயரம் பாதிக்கிறது

உன் பிரிவால் உருகி ஓடும் அந்த வேதனை

என் பாடல்களையும் இசைகளையும்

கிளறிவிட்டு என் இதயத்தில் ஊடுருவிப் பரவுகிறது

85

அரசனுடைய ஆணைமையத்திலிருந்து
படைவீரர்கள் வெளியே வந்த அன்று
அவர்களுடைய மிகப்பெரிய சக்தி
எங்கே ஒளிந்திருந்தது?
அவர்களுடைய மெய்க்கவசமும் கேடயமும்
எங்கே இருந்தன.
வலிமையற்றவர்களாக மிக மோசமாக
உதவியற்றவர்களாக முடிவற்ற
தாக்குதல்களை அவர்கள் எதிர்கொண்டனர்
அரசனுடைய ஆணைமையத்திலிருந்து
வெளியே வந்த அன்றைய தினம்,
படைவீரர்கள் அரசனுடைய
ஆணைமையத்திற்குத் திரும்பி வந்த அன்று
மீண்டும் அவர்கள் தங்கள் மெய்க்கவசத்தையும்
கேடயத்தையும் மீண்டும் எங்கே ஒளித்து வைத்திருந்தனர்.
அவர்களுடைய படைக்கருவிகள் எல்லாம்
எங்கே மறைந்தன?
அவர்களின் தெய்வீகமான புன்னகைகள்
எப்படி மீண்டும் தோன்றின?
அவர்கள் தம் வாழ்நாள் பயன்கள்
அனைத்தையும் விட்டுக் கொடுத்துவிட்டு
அன்று திரும்பி வந்தனர்.

86

மரணத்தை உன் தூதுவனாக இன்று
என் வாயிலுக்கு அனுப்பியிருக்கிறாய்
உனது செய்திகளைச் சுமந்து
கடலைக் கடந்து அவன் என்னிடம் வந்திருக்கிறான்.
இந்தக் கூரிருள் சூழ்ந்த இரவு நேரத்தில்
விரும்பத்தகாத ஒன்று நடந்து விடுமோ
என்கிற அச்சம் என் இதயம் முழுவதும்
நிறைந்திருக்க, கையில் விளக்கேந்தி
கதவைத் திறந்து
அவனுக்கு என் வணக்கத்தைத் தெரிவிப்பேன்.
மரணத்தை உன் தூதுவனாக இன்று
என் வாயிலுக்கு அனுப்பியிருக்கிறாய்.
எதிர்பார்ப்புடனான கண்ணீரில்
என் கரங்களைக் கூப்பி மரணத்தை வழிபடுவேன்
என் இதயத்தின் செல்வங்களையெல்லாம் எடுத்து
அவன் பாதங்களுக்கு முன் வைத்து
பெருமதிப்புடன் அவனை வணங்கி வழிபடுவேன்
நீ விடுத்த அழைப்பாணையின் படி
அவன் திரும்பிப் போவான், என்
காலைப் பொழுதை இருட்டாக்கிவிட்டு.
முற்றிலும் வெறுமையாகிப் போன என் வீட்டில்
என் உடலை உன் காலடியில் கிடத்துவேன்
உனக்கு என் இறுதிக்காணிக்கையாக.
மரணத்தை உன் தூதுவனாக இன்று என்
வாயிலுக்கு அனுப்பியிருக்கிறாய்.

87

இல்லை - அவள் இனிமேல் என் வீட்டில்

இருக்க மாட்டாள். வீணே என் வீட்டின்

எல்லா மூலைகளிலும் அவளை நான் தேடுகிறேன்

இறைவனே, என் வீடு மிகவும் சிறியது

அங்கிருந்து சென்ற எதுவுமே திரும்பிவராது

உன் வீடு, எல்லையில்லாத பேரண்டமாக இருப்பதால்,

அவளைத் தேடி உன்னிடம் வந்திருக்கிறேன்

உன் அந்திவானத்து நிழலில் நின்று,

கண்ணீர் நிறைந்த விழிகளோடு

உன்னிப்பாக உன்னைத் தேடுகிறேன்

முகமோ, நம்பிக்கையோ, பேராவலோ

எதுவுமே தென்படவில்லை. அனைத்துமே

உன் வீட்டிலிருந்து எங்கோ சென்று

மறைந்து விட்டன

உன்னுடைய வீட்டிற்கு என் வேதனைப்பட்ட

இதயத்தைக் கொண்டு வருகிறேன்

உன்னுடைய கருணையில் அதை மூழ்கடித்து

முழுமையாகக் கழுவிவிடு

என் வீட்டில் இனியும் தேனைத்

தேடிக் கொண்டிருக்க முடியாது

இந்தப் பிரபஞ்சத்தில் அந்த இனிமையான

கடைசித் தீண்டுதலை நான் உணர வேண்டும்.

88

பாழடைந்த கோயிலின் தெய்வமே!

வீணையின் உடைந்துபோன நரம்புகள்

இனி உன் புகழைப்பாடா

மாலைநேர வழிபாட்டு நேரத்தைக் கூற

இனி வலம்புரிச் சங்குகள் ஒலி எழுப்பா

பாழடைந்த கோயிலின் தெய்வமே

உன் கோயில் இனி மங்கிய ஒளியில்

ஓசை அடங்கி இருக்கும்.

யாரும் இல்லாத உன் கோயிலின் நடைபாதையிலே,

கடந்துபோன வசந்தகாலத் தென்றலிலே

அவ்வப்போது ஒரு மணம் மிதந்து வருகிறது.

உன் வழிபாட்டிற்கான மலர்க்காணிக்கை

இனி உன் பாதங்களில் அர்ப்பணிக்கவில்லை.

பாழடைந்த கோயிலின் தெய்வமே,

மலர்களின் மலர்ச்சி வெறும் செய்தியாகி விட்டிருந்தது

உனது அடியவர் வழிபட முடியாமல்

நாள் முழுவதும் குறிக்கோளின்றி சுற்றித்திரிகிறார்

இரவலன் வழிதவறித் திரிகிறான்.

மரங்களின் நிழல் நீண்டு கொண்டிருக்கும்

மாலைப்பொழுதிலே அவன் ஒவ்வொரு நாளும்

பசியோடு இருக்கிறான்

மீண்டும் அவன் பாழடைந்த கோயிலுக்குத்

திரும்பி வருகிறான், ஓர் அடியவனால் வழிபடமுடியவில்லை

பாழடைந்த கோயிலின் தெய்வமே

பலதிருவிழாக்கள் அமைதியாக வரும்
பல வழிபாட்டு நேரங்கள் தீபம் ஏற்றப்படாமல்
கழிந்து போகின்றன
வழிபாடுகளுக்காக உருவாக்கப்பட்ட
பல சிலைகள் சிறு சிறு துண்டுகளாக
உடைந்து போய்விட்டன.
பல நிகழ்வுகள் யாருக்கும் தெரியாமல் போய் விடுகின்றன.
பாழடைந்த கோயிலின் தெய்வம் மட்டுமே
வழிபடப்படாமல் அங்கே நிலைத்திருக்கிறார்.

89

என்னிடமிருந்து இனி ஓங்கி உயர்ந்த

சொற்கள் வெளிவராமல் தடைவிதிக்கப்பட்டது

மென்மையாகப் பேசுவதற்கான தருணம் இது.

இதயம் கூறும் செய்திகளையெல்லாம்

என் பாடல்களின் மெல்லிய ஓசை சுமந்து வரும்

அங்காடியில் வாங்குவோரும் விற்போரும்

பேசிக் கொள்ளும் ஓசை கேட்டுக் கொண்டிருக்கிறது

அரசனின் நெடுவழியில் மக்கள்

கூட்டமாகச் சென்று கொண்டிருக்கிறார்கள்

நானோ, இந்தப் பரபரப்பான வேளையிலே,

அங்கிருந்து விடைபெற்றுக் கொண்டு வந்துவிட்டேன்

வேலைகள் பல எனக்கு இருந்தபோதிலும்

திடீரென்று இந்த அழைப்பு வந்துள்ளது

ஏனென்று யாருக்குத் தெரியும்?

பருவம் தவறிய காலத்தில் பூக்கள்

என் தோட்டத்தில் பூத்தனவென்றால்

அவை பூக்கட்டும். பகல்பொழுதில்

வண்டுகள் ரீங்காரமிட்டுப் பறந்து வரட்டும்

நன்மைக்கும் தீமைக்கும் இடையே நடந்த

போராட்டத்தில் அதிக காலம் கழிந்து போயிற்று.

யாருடன் நான் சிறிது காலத்தைக் கழித்திருந்தேனோ

அவனுடைய அழைப்பிற்கு என் இதயம்

மறுமொழி தருகிறது

எந்த ஒரு பயனில்லாத செயலுக்காக
அவனுடன் பொழுதைக் கழிக்க
மீண்டும் எனக்கு அழைப்பு வந்திருக்கிறது
என்று யாருக்குத் தெரியும்?

90

இந்த நாளின் முடிவில் மரணம்

உன் கதவருகில் வந்து நின்றால்

நீ அவனுக்கு என்ன செல்வத்தைத் தருவாய்?

என் இதயம் முழுமையாக நிரம்பியுள்ளது.

அதை அவனுக்குத்தருவேன்

ஒருநாள் மரணம் என் கதவருகே வரும்போது

அவனை வெறுங்கையோடு திருப்பி அனுப்ப மாட்டேன்.

இலையுதிர் காலத்தின் இரவுகளும்

வசந்த காலத்து இரவுகளும்

மிகப்பல வைகறைப் பொழுதுகளும்

அந்திப் பொழுதுகளும் ஏராளமான

காயகல்பத்தை என் வாழ்க்கைப் பாத்திரத்தில் நிரப்பின

எண்ணற்ற மலர்கள் மலர்ந்தன

கனிகள் கனிந்தன.

மகிழ்ச்சியிலும் துன்பத்திலும், ஒளியிலும் நிழலிலும்

உள்ளத்தைத் தொட்டுச் சென்ற பொருட்களும்

நெடுங்காலமாக நான் தயாரித்து வைத்தவைகளையும்,

இதுவரை நான் சேர்த்து வைத்த செல்வங்களையும்,

ஒரு நாள் மரணம் வந்து என் கதவைத் தட்டி

என் வாழ்க்கையை முடிக்கும் அந்நேரம்

அவன் முன்னர் எடுத்து வைப்பேன்.

91

என்னுடைய வாழ்க்கையின் முடிவில்
அதை நிறைவு பெறச் செய்பவனே, மரணமே,
எனக்கு மட்டும் உரித்தானவனே
என்னிடம் ஏதேனும் பேசு!
என் வாழ்நாள் முழுவதும் உனக்காகக் காத்திருந்தேன்
ஒவ்வொரு இரவும் உனக்காக விழித்திருந்தேன்
உனக்காகவே என்றென்றும் என் இன்ப துன்பங்களைச்
        சுமந்து வந்திருக்கிறேன்.
மரணமே, எனக்கு மட்டும் உரித்தானவனே,
    என்னிடம் ஏதேனும் பேசு
இதுவரை நான் பெற்றவைகளும்
முயன்று அடைந்தவைகளும்
நம்பிக்கைகளும் பேராவல்களும்
என்னை அறியாமலே உன்னை
நோக்கிப் பாய்ந்தோடுகின்றன. உன்னிடமிருந்து வரும்
ஒரு சாதகமான கணநேரக் கண்ணோட்டத்தில்
நாம் இருவரும் ஒருவராவோம்.
நானே என்றும் உனது மனைவியாயிருப்பேன்
உன் நம்பிக்கைக்குரிய துணையாவேன்
மரணமே, எனது மரணமே, என்னிடம் ஏதேனும் பேசு
எனது சுயநினைவோடு நான் உனக்காக ஒரு
வரவேற்பு மாலையைத் தொடுத்து வைத்திருக்கிறேன்,
ஒரு மணமகனைப் போல் உடையணிந்து
புன்சிரிப்புடன் நீ வரும்போது உனக்குச் சூட,

அன்று முதல் எனக்குச் சொந்தமாக

ஒரு வீடு இருக்காது

அருகில் அல்லது தொலைவில் உள்ளவர்களைப்

பற்றி நான் கவலைப்பட மாட்டேன்

ஒரு நம்பிக்கையற்ற இரவில் நான் என்

கணவனுடன் இணைவேன், கடமை தவறாமல்.

மரணமே, எனது மரணமே என்னுடன் ஏதேனும் பேசு

92

ஒரு நாள் எனது விழிகள் நிரந்தரமாக மூடப்படும்

உலகத்தின் காட்சிகளின் மீது ஒரு திரைச்சீலை விழும்

இந்த உலகம் மறு வைகறைப்பொழுதில்

விழித்தெழும் என்ற நினைவோடு

அடுத்த நாள் இரவை நான் கவனமாகக்

கடந்து போவேன்.

அந்த வாழ்க்கையின் ஆரவாரங்கள்

தொடர்ந்து கொண்டே இருக்கும்.

வீடுகளில், மகிழ்ச்சியிலும் துயரத்திலும்

காலம் கடந்து போகும்.

இவ்வாறு சிந்தித்த வண்ணம் நான்

கவனிக்கப்படாத செல்வங்களைக் காண

அகலத் திறந்த விழிகளோடு இந்தப்

பேரண்டத்தைப் பார்க்கிறேன்.

பார்வையில்படும் மிக எளிமையான பொருள்

வாழ்க்கையை விலையுயர்ந்ததாகவும்

தகுதியுடையதாகவும் தோன்றச் செய்கிறது.

இந்த உலகில் காணப்படும் எளிமையான உயிரினமும்

நான்அடைந்த பொருட்களும்

அடைய ஆசைப்பட்ட பொருட்களும் மிஞ்சி இருக்கட்டும்

நான் வெறுத்து ஒதுக்கிய, பயனற்ற

பொருட்களையெல்லாம் எனக்கு மீண்டும் தரவேண்டும்.

93

நான் பிரியும் நேரம் வந்துவிட்டது

எனக்கு விடைகொடுங்கள்.

பெருமதிப்புடன் உங்களை எல்லாம் விட்டுச் செல்கிறேன்

வீட்டின் சாவியைத் திருப்பித் தருகிறேன்

வாடகை உரிமைகளை விட்டு விடுகிறேன்

உங்களிடம் வாழ்த்துக்களை மட்டுமே வேண்டுகிறேன்

பெருமதிப்புடன் உங்களை எல்லாம் விட்டுச் செல்கிறேன்.

நீண்டகாலம் நான் உங்கள்

அண்டை வீட்டுக்காரனாக இருந்திருக்கிறேன்.

நான் உங்களுக்குக் கொடுத்ததைவிட

பெற்றுக் கொண்டதே அதிகம்.

காலைப்பொழுது இப்பொழுது இரவுக்கு வழிவிட்டிருக்கிறது

தெருமுனை விளக்கு அணைந்துவிட்டது

எனக்கான அழைப்பு வந்துவிட்டது,

அதனால் நான் புறப்படுகிறேன்.

பெறுமதிப்போடு உங்களை எல்லாம் விட்டுச் செல்கிறேன்.

நான் என் பயணத்திற்குத் தயாராகி விட்டேன்.

94

நான் விடைபெறும் நேரம் வந்துவிட்டது
மகிழ்ச்சியோடு எனக்கு விடைகொடுங்கள்
காலை வானம் பிரகாசமானதாக இருக்கிறது
எனது பாதையை அழகானதாக ஒளிரச் செய்கிறது.
என்னைப்பற்றி எதைக்குறித்தும் கவலைப்பட வேண்டாம்
நான் வெறுங்கையுடன் சென்றாலும் கூட
ஆர்வமுள்ள இதயத்தை மட்டும்
என்னுடன் எடுத்துச் செல்வேன்.
இணைவதற்கு ஆயத்தமாக ஒரு மாலையை
அணிந்து கொள்வேன்.
வழிப்போக்கனைப் போன்ற
உடையணிந்து வரமாட்டேன்
என்வழியில் தடங்கல்கள் வரலாம்
ஆனால் அச்சம் என்னைத்
தடுத்து நிறுத்த முடியாது.
எனது பயணம் முடியும்போது
மாலைநேர வீண்மீன் உதயமாகும்.
மாலை நேர ராகத்தை என்
புல்லாங்குழல் மீட்டும்.
நேர்த்தியான நுழைவாயிலில்
தெய்வீக இசை என்னை எதிர்கொள்ளும்.

95

காலத்தைப் பற்றி நினைவில்லாமல் இருந்த சமயத்தில்

நான் வாழ்க்கையின் நுழைவாயிலைக் கடந்து வந்தபோது

அந்த கம்பீரமான வாழிடத்தை விட்ட கன்றேன்.

பெரும் பாழ்நிலத்திலே இருக்கின்ற ஒரு

மலர் மொட்டைப் போல, இந்த நள்ளிரவு நேரத்தில்

எந்தச் சக்தி என்னை இந்த அறிவுக்கு எட்டாத

புதிர்போல் மலரச் செய்தது.

விடியலில் என் தலையை உயர்த்தி, கண்களைத் திறந்து

இந்த உலகை ஒரு கணம் பார்த்த பொழுது

கடலின் நீலத்தில் பொற்கதிர்கள் ஊடுருவுவதைக் கண்டேன்.

வாழ்க்கை தன் இன்பத்தையும் துன்பத்தையும்,

வெளிப்படுத்திக் காட்டுவது போலிருந்தது.

அது வினோதமானதாயினும், எண்ணற்ற புதிர்களை

உள்ளடக்கியதாயினும், அது மிகவும் பழக்கப்பட்ட

மென்மையான ஓர் அன்னையின்

மார்பைப் போல் பெருமதிப்பு உடையதாய் இருந்தது.

அந்த விளங்காத ஒன்று, தொட்டு அறியமுடியாத

அற்புதமான சக்தி ஓர் அன்னையின் உருவத்தில்

தன் கரங்களினால் என்னை

இறுக்கமாகப் பற்றிக் கொண்டிருக்கிறது.

இந்த வாழ்க்கையை நான் மிகவும்

நேசிக்கிறேன் என்பதைப் புரிந்து கொண்டால்

நிச்சயமாக மரணத்தையும் நேசிப்பேன்.

அன்னையின் மார்பில் பால் குடிக்கும் குழந்தையை

அங்கிருந்து எடுக்கும்போது அழுகின்றது

ஆனால் மீண்டும் தன் மார்போடு சேர்த்துக் கொள்ளும்போது

உடனே அக்குழந்தை அமைதியாகிறது.

96

நான் இங்கிருந்து போகும்போது

நம்பிக்கையோடு இதைச் சொல்வேன்,

நான் கண்டவை, பெற்றவை

அனைத்தும் நிகரில்லாதவை என்று,

ஒளிக்கடலின் மீது மலர்ந்திருக்கும்

நூறு இதழ்களைக் கொண்ட தாமரையின்

உள்ளே ஒளிந்திருக்கும் தேனைச் சுவைத்ததால்

நற்பேறு பெற்றவனாகிறேன்

ஒரு நாள் இங்கிருந்து போகும்போது

இதைத்தான் நான் சொல்வேன் என்று நம்புகிறேன்

இந்த உலகமென்னும் விளையாட்டு மேடையில்

நானும் என் விளையாட்டை விளையாடினேன்

நான் கண்திறந்து பார்த்தபோது

உருவமில்லாத அவனைக் கண்டேன்

தொடுதலுக்கு அப்பாற்பட்டபவனாக இருந்தாலும்

கண்களுக்குக் காட்சி தருகிறான்.

இதை மட்டுமே அவன் வெளிப்படுத்த முடியுமென்றால்,

அதுவே அனைத்துமாக இருக்கட்டும்

ஒருநாள் நான் இங்கிருந்து போகும்போது

இதைத்தான் நான் சொல்வேன் என்று நம்புகிறேன்

97

என்னுடைய விளையாட்டு உன்னுடனாக இருந்தபோது
நீ யாரென்று எனக்கு எப்படித் தெரிந்திருக்க முடியும்?
எனக்கு வெட்கமோ அச்சமோ அப்போது இருந்திருக்க வில்லை
வாழ்க்கை ஆரவாம் மிக்கதாய்த் தெரிந்தது.

பல வைகறைப் பொழுதுகளில் நீ என்னை எழுப்பியிருக்கிறாய்
நீ என் நெருங்கிய தோழன்போல, சிரிப்போடு இங்கும் அங்கும்
காட்டுவழிகளில் நான் உன்னுடன் ஓடியிருக்கிறேன்.

அந்த நாட்களிளெல்லாம் நீ எப்பொழுதும் பாடிக்கொண்டிருந்த
பாடல்களின் பொருளை அறிந்து கொள்ள நான்
ஆர்வம் காட்டவில்லை
அன்பே, எனக்குத் தெரிந்ததெல்லாம், நீ பாடியபோது'
நானும் உன்னுடன் சேர்ந்து பாடியது தான்
அதன் ஏற்ற இறக்கங்களுக்குக் கேற்ப என் இதயம்
களிநடம் புரிந்தது
இப்பொழுது நாம் விளையாடிய விளையாட்டு
முடிந்து போனது.
அமைதியாகிப்போன வானத்தைத் தவிர
வேறு எதைநான் பார்க்கிறேன்?
அமைதியாகிப்போன நிலவுடனும் கதிருடனும்
இந்த உலகம் நிற்கிறது.
அவை அனைத்தும் குனிந்து உன் ஆசையை
நிறைவேற்றக் காத்திருக்கின்றன.

98

தோல்வியின் மாலையை நான்
உன் கழுத்தில் அணிவிப்பேன்
சூழ்ச்சியின் பலத்தில் நான் என்றும்
வெற்றிபெரும் வல்லமை படைத்தவனல்ல
எனக்குத் தெரியும், எல்லா மென்உணர்வுகளும்
வலிமையாக நீக்கப்படும்
என் இதயம் கடுந்துயரில் பிளந்து போகும்.
வெறுமையாகிப் போன ஓர் இதயமெனும்
புல்லாங்குழலைப் பாடவிட்டுவிட்டு,
கடினமான உணர்வுகள் எல்லாம்
அளவில்லாத கண்ணீரில் கரைந்து போகும்.
தாமரையின் நூறு இதழ்களும்
மெதுவாகத் திறந்து கொள்ளும்.
அதனுள் இருக்கும் தேன் நிரந்தரமாக
மூடிவைக்கப்படாது.
யாரோ ஒருவருடைய கண்கள் நீல வானத்திலிருந்து
மௌனமாக என்னைப் பார்த்து வீட்டைவிட்டு
வெளி உலகத்திற்கு வரச்சொல்லி அழைக்கும்
அந்த நாள் எனக்காக ஒன்றும் எஞ்சியிருக்காது
ஒன்றுமே எஞ்சியிருக்காது
உன் கால்களில் விழுந்து நான்
முழுமையான மரணத்தைப் பெற்றுக் கொள்வேன்.

99

எனக்குத் தெரியும், திசை திருப்பும் சுக்கானை

நான் கைவிட்டேன் என்றால்

நீ அதை உன்கையில் எடுத்துக் கொள்வாய் என்று.

ஆனால் இயற்கையாகச் செல்லும் வழியை

அவையே முடிவு செய்து கொள்ளும்.

அதை இப்பொழுது நீ ஏன் செய்ய வேண்டும்?

அவை போகின்ற போக்கில் போகட்டும்.

உனது தோல்வியை அமைதியாக ஏற்றுக் கொண்டு

இப்பொழுது எங்கே உட்கார்ந்திருக்கிறாயோ

அங்கேயே அமைதியாக உட்கார்ந்திரு.

உன் விதியை நன்றியோடு ஏற்றுக் கொள்.

அணைந்து போகாமல் நான் வைத்துக் கொள்ள

வேண்டிய விளக்குகள்

மீண்டும் மீண்டும் அணைந்து போகின்றன.

அவற்றை எரிய வைக்கத் தொடர்ந்து முயற்சி செய்கிறேன்

அதில் மற்ற அனைத்தையும் மறந்து போகிறேன்

இப்பொழுது அடர்ந்து கொண்டிருக்கும் இருளிலே

ஆர்வத்துடன் உனக்காக எனது பாயை விரித்து வைக்கிறேன்

நீ எப்பொழுது வரவிரும்புகிறாயோ அப்பொழுது வந்து

நீ எங்கே அமரவிரும்புகிறாயோ அங்கே அமர்ந்து கொள்.

100

குற்றங்கள் குறைகள் இல்லாத தங்கத்தை அடைவதற்காக
பொருட்கள் அடங்கிய கடலுக்குள் நான் மூழ்குகிறேன்
பழுதுபார்க்க முடியாதவாறு பாழாகிவிட்ட மரக்கலத்தில்
ஒவ்வொரு படித்துறைக்கும் செல்வதை
நிறுத்திக் கொண்டேன்.

குழந்தைத் தனமான விளையாட்டை
விட்டுவிடுவதற்கான தருணம் இதுவாக இருக்கட்டும்.
அழிவற்ற வாழ்க்கையைப் பெறுவதற்காக
நான் அமுதக்கடலில் மூழ்குவேன்.
முடிவில்லாமல் பாடல்கள் இசைக்கின்ற
அரங்கத்தின் ஆழத்தில் என் இதயத்தின்
வீணையை எடுத்துச் செல்வேன்.

தனிச்சிறப்பு வாய்ந்த, கேட்க முடியாத
இசையுடன் என்றும் நடைபெற்றுக்
கொண்டிருக்கும் இசை நிகழ்ச்சியில் முடிவில்லாத
நிலையான இசைக்கு சுருதி சேர்த்து
சோகமான இறுதிப்பாடலை நான் இசைப்பேன்
அமைதியாக வீற்றிருக்கும் அவன் பாதத்தில்
ஒசையிழந்த எனது வீணையை வைப்பேன்.

101

தினமும் நிலையில்லாத மனதுடன்

கிடைப்பதற்கு அரிதான உன்னை

என் பாடல்கள் மூலம்

வாழ்நாள் முழுவதும் தேடினேன்

எனது பாடல்கள் என்னை

பல வாயில்களுக்கும் வீடுகளுக்கும்

அழைத்துச் சென்றன.

அவை, இந்த உலகம் முழுவதும் செல்ல

என்பாதையை நான் உணர்ந்து கொள்ள உதவியது.

எனது பாடல்கள் பலவற்றையும் எனக்குக் கற்றுக் கொடுத்தன

பல ரகசிய வழிகளைக் காட்டிக் கொடுத்தன

என் இதயமெனும் வானத்தில்

பலவிண்மீன்களை என் அறிவு வரம்பிற்குள்

கொண்டுவந்து சேர்த்தன.

அந்தப்பாடல்கள் என்னை உவகையும் துன்பமும்

நிறைந்த நிலப்பரப்புகளிலும், துயரம் நிரம்பிய

பல நிலங்களிலும் கூட்டிச் சென்றன

இப்பொழுது, முடிவாக, கவிந்து கொண்டிருக்கும் இருளில்

எனது பாடல்கள் எந்த மாளிகைக்கு

என்னை அழைத்துச் செல்கின்றன?

102

உன்னை எனக்குத் தெரியும் என்று
மக்களிடம் பெருமையாகக் கூறிக் கொண்டேன்
நான் உன்னை வரைந்த அத்தனை ஓவியங்களிலும்
அவர்கள் உன்னைப் பார்க்கிறார்கள்
பலரும் என்னிடம் வந்து கேட்கிறார்கள்
"இது யாராக இருக்க முடியும்?
அவர்களுக்கு எப்படி பதில் கூறுவது
என்று எனக்குத் தெரியவில்லை
நான் சொன்னேன், "யாருக்குத் தெரியும்"?
நான் கூறிய பதிலைக் கேட்டு அவர்கள்
என்மீது குற்றஞ்சாட்டிவிட்டுச் செல்லும் பொழுது
நீ அங்கே ஏமாற்றத்துடன் சிரித்தவாறு அமர்ந்திருக்கிறாய்
உன்னைப்பற்றிப் பல கதைகளை
என் பாடல்களில் நெய்கிறேன்
உன்னைப் பற்றிய ரகசியங்களை
என்னுள் அடக்கி வைக்க முடியவில்லை
"நீ பாடிய பாடல்களுக்கு ஏதேனும் பொருள் உள்ளதா?
அவர்களுக்கு பதிலுரைக்க என்னிடம் சொற்களில்லை
என்னால் சொல்ல முடிந்ததெல்லாம் இதுதான்,
"யாருக்குத் தெரியும்?"
அவர்கள் போலியாகச் சிரித்துவிட்டு
அங்கிருந்து சென்றுவிட்டார்கள்
நீ அங்கே சிரித்தவாறு அமர்ந்திருக்கிறாய்

உன்னைத் தெரியாதென்று நான் எப்படி

அவர்களிடம் சொல்ல முடியும், சொல்?

அவ்வப்பொழுது எட்டிப்பார்த்து

முழுநிலா நாளிலும், நிலா ஒளியிலும்

நீ என்னுடன் பல விளையாட்டுக்களை விளையாடுகிறாய்

நீ உன் திரைச்சீலையைக் கீழே போடுவதையும்

நீ மங்கலாக ஒளி வீசுவதையும் கவனிக்கிறேன்

என் இதயம் அப்பொழுது வேகமாகத் துடிக்கிறது

என் கண்கள் தேவையில்லாமல் படபடவென்று அடித்துக்

கொள்கின்றன

அந்த வினாடி நீ என் இதயத்தில் உன் முத்திரையைப்

பதித்துச் சென்றிருக்கிறாய் என்று

நான் உணர்ந்து கொள்கிறேன்.

மீண்டும் மீண்டும் என் சொற்களால்

உன்னைத் தழுவிக் கொள்ள முயன்றேன்

என்னுடைய இசையில் என்றென்றும்

உன்னைச் சொந்தமாக்கிக் கொள்ள விரும்பினேன்

பொன்னாலான ஒலி இணக்கத்தில்

உன்னைச் சட்டமிட்டு வைத்தேன்

எனது புல்லாங்குழலை மென்மையான

ராகங்களால் நிறைக்கிறேன்

இருப்பினும், உன்னை அடையப் பெறுவது

தடைபடுமோ என்று எப்பொழுதும்

அச்சத்தில் இருக்கிறேன்.

நீ என்ன செய்தாலும் பொருட்படுத்த மாட்டேன்

என் இதயத்தைத் திருடிவிட்டு,
என் பிடியிலிருந்து நழுவிச் சென்றாய்
உன்னை எனக்குத் தெரிந்தாலும் தெரியாவிட்டாலும்
மெய்மறந்த நிலையில் என் இதயம் பரவசப்படும்.

103

ஒரு வணக்கத்தில் இறைவனே

உன்னை வணங்கும் ஒரே ஒரு வணக்கத்தில்

உன்னிடம் தாழ்மையுடன் இறைஞ்சுபவனாக

உன் முன்னே மண்டியிடுகிறேன்

அடர்ந்த மழைமேகங்களைப் போல

என் துன்பப்பட்ட மனமும் குனிந்து

உன் பாதங்களை வணங்கட்டும் இறைவனே,

ஒரே ஒரு வணக்கத்தில்.

உனது மாளிகையின் வாசலில்

என் முழுமனதும் அமைதி பெறட்டும்

பலவித இசைகளெல்லாம் ஒன்று சேர்ந்து

என்னை வெற்றி கொள்ளட்டும்

உன்னை வணங்கும் ஒரு வணக்கத்தில்

இறைவனே, ஒரே ஒரு வணக்கத்தில்

அன்னப் பறவைகள் பரிசுத்தமாக

வானில் உயரப் பறப்பது போல்

என் நினைவுகளும் இரவும் பகலும்

உயரப்பறக்கட்டும்.

ஒரு வணக்கத்தில் இறைவனே

ஒரே ஒரு வணக்கத்தில்

எனது ஆன்மா தனது நிலையான

வீட்டை நோக்கிச் செல்லட்டும்.

9 798885 468183